ഗ്രീൻ ബുക്സ്
ദൈവദശകം
ശ്രീനാരായണ ഗുരു

കേരളത്തിലെ മഹാനായ സാമൂഹ്യപരിഷ്കർത്താവ്, ചരിത്രനായകൻ, സന്ന്യാസിവര്യൻ. 1856ൽ തിരുവനന്തപുരം ജില്ലയിലെ ചെമ്പഴന്തിയിൽ കുട്ടിയമ്മയുടെയും മാടനാശാന്റെയും മകനായി ജനനം. ശ്രീനാരായണ ധർമ്മ പരിപാലന സംഘവും ശിവഗിരി ആശ്രമവും കെട്ടിപ്പടുത്തു. 1928ൽ ശിവഗിരിയിൽ വെച്ച് ശ്രീനാരായണഗുരു മഹാസമാധി പ്രാപിച്ചു.

വ്യാഖ്യാനം: എം.കെ. സാനു

എഴുത്തുകാരൻ, അധ്യാപകൻ, സാംസ്കാരികപ്രവർത്തകൻ. 1928 ഒക്ടോബർ 27ന് ആലപ്പുഴയിലെ മംഗലത്തുവീട്ടിൽ ജനനം. പുരോഗമനകലാസാഹിത്യസംഘം പ്രസിഡന്റ്, കേരള സാഹിത്യ അക്കാദമി പ്രസിഡന്റ്, കേരള നിയമസഭാംഗം എന്നീ നിലകളിൽ സേവനമനുഷ്ഠിച്ചിട്ടുണ്ട്.

കേന്ദ്ര സാഹിത്യ അക്കാദമി അവാർഡ്, കേരള സാഹിത്യ അക്കാദമി അവാർഡ്, പത്മപ്രഭാ പുരസ്കാരം, 1992ലെ വയലാർ അവാർഡ് എന്നിവ ലഭിച്ചു. ഗ്രീൻ ബുക്സ് പ്രസിദ്ധീകരിച്ച കർമ്മഗതി എന്ന ആത്മകഥയ്ക്ക് വൈഖരി പുരസ്കാരം, സദ്കീർത്തി പുരസ്കാരം, അബുദാബി ശക്തി പുരസ്കാരം എന്നിവ ലഭിച്ചു. കേരള സാഹിത്യ അക്കാദമി വിശിഷ്ടാംഗമാണ്.

ഗ്രീൻ ബുക്സ് പ്രസിദ്ധീകരിച്ച എം.കെ. സാനുവിന്റെ ഇതര കൃതികൾ

എന്റെ വഴിയമ്പലങ്ങൾ (സാഹിത്യ ലേഖനങ്ങൾ)
എഴുത്തിന്റെ നാനാർത്ഥങ്ങൾ (സാഹിത്യ ലേഖനങ്ങൾ)
കർമ്മഗതി (ആത്മകഥ)
അശാന്തിയിൽനിന്ന് ശാന്തിയിലേക്ക് (പഠനം)
ഡോ. പി. പല്പു ധർമ്മബോധത്തിൽ ജീവിച്ച കർമ്മയോഗി (ജീവചരിത്രം)
തുഞ്ചത്ത് എഴുത്തച്ഛന്റെ ശ്രീമഹാഭാഗവതം (സംശോധനവും അർത്ഥവിവരണവും)

ദൈവദശകം
ശ്രീനാരായണ ഗുരു

വ്യാഖ്യാനം:
എം.കെ. സാനു

ഗ്രീൻ ബുക്സ്

green books private limited
gb building, civil lane road, ayyanthole,
thrissur- 680 003, kerala, ph: +91 487-2381066, 2381039
website: www.greenbooksindia.com
e-mail: info@greenbooksindia.com

malayalam
daivadasakam
philosophy
by
sreenarayana guru

interpretation
m.k. sanoo

first published june 2017
copyright reserved

cover design : rajesh chalode

branches:
thrissur 0487-2422515
thiruvananthapuram 0471-2335301
calicut 0495 4854662
ernakulam 8589095007

isbn : 978-93-86440-51-8

---

no part of this publication may be reproduced,
or transmitted in any form or by any means,
without prior written permission of the publisher.

GBPL/922/2017

മുഖക്കുറി

കൂരിരുട്ടിൽ കത്തിച്ചുവെച്ച ഒരു കൈത്തിരിനാളമായിരുന്നു ശ്രീനാരായണഗുരു. ആ ദിവ്യപ്രകാശത്തിന്റെ ആന്ദോളനത്തിൽ സഹോദരൻ അയ്യപ്പനെപ്പോലെ സാമൂഹിക പരിഷ്കർത്താക്കൾ വന്നു. ഡോ. പല്പു, നാരായണഗുരുവിന്റെ പ്രഥമശിഷ്യൻ, ഒരിക്കൽ വിവേകാനന്ദനെ കേരളത്തിലേക്കു ക്ഷണിച്ചു കൊണ്ടുവന്നു. ജാതിക്കോമരങ്ങൾ ഉറഞ്ഞു തുള്ളുന്ന ഇരുളടഞ്ഞ കേരളത്തെയാണ് വിവേകാനന്ദൻ കണ്ടത്. "കേരളം ഭ്രാന്താലയമാണ്" എന്ന് അദ്ദേഹം പ്രസ്താവിച്ചു. കുമാരനാശാനെപ്പോലെ നവോത്ഥാന നായകന്മാർ വന്നു. നടരാജഗുരു, നിത്യചൈതന്യയതി തുടങ്ങി ഒട്ടേറെ ആത്മീയാചാര്യന്മാർ പിന്നീടുണ്ടായി. നാരായണഗുരു മനുഷ്യരെ ഒരുപോലെ കാണാൻ ഉദ്ബോധിപ്പിക്കുക മാത്രമല്ല ചെയ്തത്, ഉപനിഷത്തുക്കളുടെ സാർത്ഥകമായ വ്യാഖ്യാനങ്ങളിലൂടെ മനുഷ്യജന്മത്തിന്റെ മഹത്ത്വവും ഉദാത്തതയും വെളിപ്പെടുത്തി. നാരായണഗുരു ഉഴുതുമറിച്ച മണ്ണിലാണ് ഇടതുപക്ഷപ്രസ്ഥാനത്തിന്റെ സമരപാതകൾ പോലും ഉയർന്നുവന്നത്. 'അഹം ബ്രഹ്മാസ്മി' എന്നല്ല നാരായണഗുരു പറഞ്ഞത്. ബ്രഹ്മം എല്ലാത്തിലും ഉള്ളതുപോലെ അപരനിലും ഉണ്ട് എന്നാണ്. അതുകൊണ്ട് ഞാൻ അപരനിലും ഉണ്ട്. 'ദൈവദശക'ത്തിന്റെ നൂറാം വാർഷികം ഇതിനകം വ്യാപകമായി ആചരിച്ചു കഴിഞ്ഞു. ഈ കൃതി സാധാരണക്കാരായ വായനക്കാരെ ഉദ്ദേശിച്ചാണ് പ്രധാനമായും രചിച്ചിട്ടുള്ളത്. സാനുമാഷ് ലളിതമായി ദൈവദശകത്തെ വ്യാഖ്യാനിച്ചു തരുന്നു.

കൃഷ്ണദാസ്
മാനേജിങ് എഡിറ്റർ

ഉള്ളടക്കം

പ്രസ്താവന 09
എം.കെ. സാനു
കർമ്മനിരതനായ യോഗി 19

ദൈവദശകവും വ്യാഖ്യാനവും

ദൈവദശകം 35
ദുഃഖാബ്ധിയിൽ നിന്ന്
ആനന്ദാബ്ധിയിലേക്ക് 37
യോഗാത്മക കവിത 59
പിണ്ഡനന്ദി 74
സയൻസ് ദശകം 93

പ്രസ്താവന

"സ്വാമിയുടെ തേജോമയമായ മുഖത്ത് ആ സമയം അശ്രു ധാരകൾ പ്രവഹിച്ചുകൊണ്ടിരുന്നു."

കുമാരനാശാന്റേതാണ് ഈ വാക്യം. താൻ ദൈവത്തെപ്പോലെ കണ്ടിരുന്ന ശ്രീനാരായണഗുരുവിന്റെ ജീവിതത്തിലെ സുപ്രധാനമായ ഒരു മുഹൂർത്തം വിവരിക്കുന്നതിനിടയിലാണ് ഈ വാക്യം അദ്ദേഹം കുറിച്ചിരിക്കുന്നത്. മുഹൂർത്തമേതെന്ന് നിങ്ങൾക്കറിയാം. എങ്കിലും ഇവിടെ ഞാനതു കുറിക്കുന്നു, അരുവിപ്പുറം പ്രതിഷ്ഠാകർമമാണ് സന്ദർഭം.

പ്രാർഥനാനിരതനായി മൂന്നു മണിക്കൂറോളം നിലകൊള്ളുമ്പോഴാണ് ഈ അശ്രുധാരാപ്രവാഹം!

ആ അശ്രുധാരയുടെ ഉറവിടമെന്തെന്നു മനസ്സിലാക്കാൻ നിങ്ങൾക്കും എനിക്കും പ്രയാസമാണ്. എങ്കിലും ആ കണ്ണുനീർ ദൈവികമാണെന്ന് ഞാൻ വിശ്വസിക്കുന്നു. മനുഷ്യരാശിയുടെ സങ്കടങ്ങളോർത്ത് - ആ സങ്കടങ്ങൾ സ്വയം ഏറ്റെടുത്തുകൊണ്ട് - വേദനിക്കുന്ന മഹാത്മാക്കളുടെ കണ്ണുനീരിൽ ഞാൻ ദൈവത്തെ കാണുന്നു.

മനുഷ്യരാശിയുടെ ഭാഗമാണ് കേരളീയർ. ഓരോ അവയവവും ശരീരത്തിന്റെ ഭാഗമാണെന്നതുപോലെ ഓരോ ജനവിഭാഗവും മനുഷ്യരാശിയുടെ ഭാഗമാണ്.

അപ്പോൾ, മനുഷ്യരാശിയുടെ സങ്കടങ്ങളെക്കുറിച്ചുള്ള ഓർമ്മയിൽ കേരളീയരുടെ സങ്കടങ്ങൾക്കു സവിശേഷമായ സ്ഥാനമുണ്ടാവുക സ്വാഭാവികമാണ്. ഗുരുവിന്റെ ജന്മത്താൽ അനുഗൃഹീതരാകാനുള്ള സവിശേഷ സൗഭാഗ്യം കേരളദേശത്തിനും കേരളീയർക്കുമാണല്ലോ ലഭിച്ചത്.

കേരളീയരെ സംബന്ധിക്കുന്ന സങ്കടങ്ങളിൽ ഏറ്റവും പ്രധാനപ്പെട്ടത്, അവർ ഇനിയും മനുഷ്യരായി ഉയർന്നിട്ടില്ല എന്നതാണ്. ജാതിയുടേയും ഉപജാതിയുടേയും മതങ്ങളുടേയും സങ്കുചിതത്വങ്ങളിലകപ്പെട്ട് അവർ അടിമകളായി കഴിഞ്ഞുകൂടുന്നു.

അന്ധകാരത്തിന്റെയാഴത്തിൽ ക്രൂരമാ-
മെന്തൊരു മായാവ്യവസ്ഥയാലോ,
ബന്ധസ്ഥരായ് ഞങ്ങൾ കേഴുന്നു ദേവാ, നിൻ-
സ്വന്തകിടാങ്ങൾ നിരപരാധർ

എന്ന് ക്രാന്തദർശിയായ കേരളീയകവി സ്വാതന്ത്ര്യസൂര്യന്റെ തൃപ്പാദങ്ങളിൽ നിവേദനം സമർപ്പിച്ചതോർമ്മിക്കുക. കേരളീയ ജനതയുടെ ഹൃദയത്തുടിപ്പാണ് ആ വിലാപത്തിലുള്ളത്.

അടിമകൾ. ജാതിഭേദത്തിന്റെ അടിമകൾ. മതദ്വേഷത്തിന്റെ അടിമകൾ. അന്ന് കേരളീയരുടെ അവസ്ഥ അതായിരുന്നു. ഭേദ ചിന്തയും ദ്വേഷവും മനുഷ്യരെ അടിമകളാക്കുന്നു. അന്ധകാര ത്തിന്റെ ആഴങ്ങളിലടിഞ്ഞുകൂടാൻ ശപിക്കപ്പെട്ടവരാണ് അക്കൂട്ടർ. അതു ശാപമാണെന്നുതിരിച്ചറിയാൻപോലും കഴിയാ ത്തവർ.

അടിമകൾക്ക് ആദ്യം നഷ്ടമാകുന്നത് മനുഷ്യത്വമാണ്. യജ മാനനും കീഴാളനുമൊരുപോലെ മനുഷ്യത്വമില്ലാത്തവരായി ത്തീരുന്നു.

അടിമത്തത്തിന്റെ നുകത്തിൻകീഴിൽ മൃഗങ്ങളെപ്പോലെ നിസ്സഹായരായി പിടയുന്ന സഹജാതരുടെ നേർക്കുള്ള സീമാ തീതമായ അനുകമ്പയാണ് ധ്യാനലീനനായ ശ്രീനാരായണ ഗുരുവിന്റെ അശ്രുധാരയുടെ ഉറവിടം. ആ അശ്രുധാര,

ജാതിഭേദം മതദ്വേഷം
ഏതുമില്ലാതെ സർവരും
സോദരത്വേന വാഴുന്ന
മാതൃകാസ്ഥാനമാണിത്*

എന്ന ദർശനമായി ആവിഷ്കൃതമായത് സ്വാഭാവികം. അതു സാക്ഷാത്കരിക്കുന്നതിന് 'സംഘടനകൊണ്ടു ശക്തരാവുക' എന്ന നിർദ്ദേശവും ഗുരു നല്കുന്നു. പക്ഷേ, സംഘടനാശക്തി എന്ന ഗുണത്തെ അധീശത്വമോഹവും അധികാരാസക്തിയും വികൃതമാക്കിത്തീർക്കാനാണ് സാധ്യതയേറെ. ആ വിപത്തു തട യാൻ വിദ്യയുടെ പ്രബുദ്ധതയ്ക്കു മാത്രമേ സാധിക്കുകയുള്ളൂ. അതിനാൽ, "വിദ്യകൊണ്ടു പ്രബുദ്ധരാവുക' എന്ന നിർദ്ദേശം കൂടി നല്കിയേ തീരൂ.

ഗുരുചരിതത്തിലെ കർമ്മകാണ്ഡം തുടങ്ങുന്നതിവിടെയാ ണെന്ന് ആരെങ്കിലും പറഞ്ഞുതരേണ്ടതില്ല. അതറിയാത്ത കേര ളീയർ കാണുകയില്ല. പക്ഷേ, ധ്യാനത്തിനും പ്രാർത്ഥനയ്ക്കും തത്ത്വശാസ്ത്രത്തിനും മാത്രമേ ഗുരുദർശനത്തിൽ സ്ഥാനമുള്ളൂ

* ഈ ശ്ലോകം ഇനിയും ഉദ്ധരിക്കേണ്ടതായി വരും

എന്നൊരു ധാരണ ഇക്കാലത്ത് പ്രചരിച്ചിരിക്കുന്നു. (അഥവാ, ആരോ പ്രചരിപ്പിച്ചിരിക്കുന്നു)

അതുകൊണ്ട്, ആവർത്തിച്ചോർമ്മിപ്പിച്ചുകൊണ്ടിരുന്നേ തീരൂ, ഗുരുദർശനത്തിൽ ലൗകികമായ കർമ്മങ്ങൾക്ക് പ്രാധാന്യമുണ്ടെന്ന്. എന്നല്ല, ആ കർമ്മങ്ങൾക്കാണ് (പ്രവർത്തനങ്ങൾക്കാണ്) ഏറെ പ്രാധാന്യമെന്നുകൂടി ഓർമ്മിച്ചുകൊണ്ടിരിക്കേണ്ടതാണ്.

ശിവഗിരിമഠം സ്ഥാപിച്ച കാലത്ത് ഗുരുദേവൻ നല്കിയ ഉപദേശം കുമാരനാശാൻ 1907-ൽ പ്രസിദ്ധപ്പെടുത്തിയത് ഈ ഗ്രന്ഥത്തിന്റെ ഒന്നാമധ്യായത്തിൽ മറ്റൊരിടത്ത് ഉദ്ധരിച്ചിട്ടുണ്ട്. ആ ഉപദേശത്തിലെ ഒരു ഭാഗം ഇവിടെ വീണ്ടും ഉദ്ധരിക്കുന്നു.

"...ലൗകികവും ആത്മീയവും രണ്ടും രണ്ടല്ല. അവ രണ്ടും വാസ്തവത്തിൽ ഒരേ ഉദ്ദേശ്യത്തോടെ പ്രവർത്തിക്കുന്നു. ശരീരത്തിന്റെ എല്ലാ അംഗങ്ങളുടേയും ഒത്തുള്ള പ്രവൃത്തിയാൽ ശരീരം സുഖം അനുഭവിക്കുന്നു. അതുപോലെ മനുഷ്യസമുദായത്തിന്റെ പരമലക്ഷ്യമായ സുഖപദത്തെ പ്രാപിക്കുവാൻ ആത്മീയമായും ലൗകികമായും ഉള്ള സർവവിധ ഏർപ്പാടുകളുടേയും ഏകോപിച്ചുള്ള പ്രവൃത്തി ആവശ്യാണ്."

'ഏകോപനം' എന്നല്ല, 'ഏകോപിച്ചുള്ള പ്രവൃത്തി'എന്നു തന്നെ ഊന്നിപ്പറഞ്ഞിരിക്കുന്നു. "പ്രവൃത്തി"യാണ് പ്രധാനമെന്നു മനസ്സിലാക്കിയാൽ പോര; പ്രവൃത്തിയാണ് പരമപ്രധാനം എന്നുതന്നെ മനസ്സിലാക്കണം. ഗുരുദേവന്റെ ജീവിതം പ്രവർത്തനനിരതമായിരുന്നു എന്ന വസ്തുത ഈ ആശയത്തിനുപോൽ ബലകമാണ്. (സ്വന്തം ജീവിതംതന്നെ സന്ദേശമാക്കുകയാണ് മഹാത്മാക്കളൊക്കെയും ചെയ്യുക.)

ആ പ്രവർത്തനം ഒരു മേഖലയിൽ മാത്രമായി ചുരുങ്ങി നില്ക്കുന്നില്ല. ചെറിയൊരുദാഹരണം നോക്കാം.

ഒരു കുഗ്രാമത്തിൽ ഗുരുദേവൻ എത്തുന്നു. പതിവനുസരിച്ച് അനേകമാളുകൾ അദ്ദേഹത്തെ സമീപിക്കുന്നു. വെറുതെ ഒന്നു കാണുന്നതിനു വേണ്ടി കുറച്ചുപേർ. രോഗശമനത്തിനുവേണ്ടി ധാരാളം പേർ. ഉപദേശം കേൾക്കുന്നതിനുവേണ്ടി മാത്രം വന്നു ചേരുന്നവരും അക്കൂട്ടത്തിലുണ്ടാകും.

ആ പ്രത്യേക ഗ്രാമത്തിൽ ത്വഗ്രോഗം ബാധിച്ചവരുടെ സംഖ്യ കൂടുതലാണ്. അവരെ പരിശോധിച്ച് ഔഷധങ്ങൾ* നിർദ്ദേശിച്ചതിനുശേഷം അദ്ദേഹം പറയുന്നു:

* ഒറ്റമൂലി ചികിത്സയിലും ആയുർവേദ ചികിത്സയിലും അസാമാന്യമായ നൈപുണ്യം ഗുരുദേവനുണ്ടായിരുന്നു. ആ ചികിത്സയാൽ രോഗവിമുക്തരായവർ നിരവധി.

ഈ ദേശത്ത് ശുചിത്വം വേണ്ടത്രയില്ല. ചുറ്റുപാടുകൾ വൃത്തിയാക്കുന്നതിൽ എല്ലാവരും ഒത്തൊരുമിച്ച് പരിശ്രമിക്കണം.

ആ പ്രദേശം ചുറ്റിനടന്നു കണ്ടതിനുശേഷം അദ്ദേഹം ഉപദേശിക്കുന്നു:

-കുടിക്കുന്ന കുളങ്ങളിലും കുളിക്കുന്ന കുളങ്ങളിലും മാലിന്യമുണ്ട്. ഇടയ്ക്കിടെ അവ തേവി വെടുപ്പാക്കിയില്ലെങ്കിൽ പലതരം രോഗങ്ങൾ വരാവുന്നതാണ്.

ആ വാക്കുകളിൽ ശാസ്ത്രീയ വീക്ഷണമാണുള്ളത്. ഇതുപോലുള്ള കാര്യങ്ങളിലെല്ലാം ഗുരുദേവൻ ശാസ്ത്രീയ വീക്ഷണമാണവലംബിച്ചിരുന്നത്. ശിവഗിരി തീർഥാടനത്തിന് രുദ്രാക്ഷം ധരിക്കണോ എന്ന ചോദ്യത്തിന് ഗുരുദേവൻ നല്കിയ ഉത്തരമെന്തെന്ന് ഏവർക്കുമറിയാം.

-രുദ്രാക്ഷം ധരിക്കേണ്ടതില്ല. പക്ഷേ, രുദ്രാക്ഷം വെള്ളത്തിലരച്ചു ചേർത്തു കുടിക്കുന്നതു നല്ലതാണ്. അതിന് ഔഷധഗുണമുണ്ട്.

അന്ത്യഘട്ടത്തിൽ മൂത്രാശയരോഗത്താൽ പീഡിതനായപ്പോൾ അദ്ദേഹം ഒരു സംശയം പ്രകടമാക്കി: കർക്കശമായ ബ്രഹ്മചര്യവ്രതം ദീക്ഷിച്ചതിന്റെ ഫലമായിരിക്കുമോ ഈ രോഗം?

നിരീക്ഷണത്തിന്റേയും അനുഭവത്തിന്റേയും പിൻബലമുള്ള ശാസ്ത്രീയബോധത്തിൽ നിന്നാണ് ആ ചോദ്യം പുറപ്പെട്ടത്.

ഗുരുദേവന്റെ ചേഷ്ടകളിലും ഉപദേശങ്ങളിലും കർമ്മങ്ങളിലും എപ്പോഴും യുക്തിബോധവും ശാസ്ത്രീയവീക്ഷണവും കലർന്നിരുന്നു. വിശ്വാസങ്ങളെയോ അനുഷ്ഠാനങ്ങളെയോ ആശ്രയിക്കാൻ ആ കുശാഗ്രബുദ്ധി ഒരിക്കലും തുനിഞ്ഞില്ല. അങ്ങനെ തുനിഞ്ഞിരുന്നെങ്കിൽ അരുവിപ്പുറം പ്രതിഷ്ഠ ഉണ്ടാകുമായിരുന്നില്ല. 'മതമേതായാലും മനുഷ്യൻ നന്നായാൽ മതി' എന്ന സൂക്തം ലോകത്തിനു ലഭിക്കുമായിരുന്നില്ല.

പൊതുജീവിതത്തിലുണ്ടാകുന്ന തർക്കങ്ങളും കലഹങ്ങളും പ്രശ്നങ്ങളും സംഘർഷങ്ങളും മറ്റും നേരിടുന്നതിൽ ഗുരുദേവൻ പ്രകടമാക്കിയ വൈഭവം ഒരു ഇന്ദ്രജാലക്കാരന്റെ പിഞ്ഛികാചലനത്താലെന്നപോലെയാണ് ഫലമുളവാക്കിയത്. വിദഗ്ധനായ മനഃശാസ്ത്രജ്ഞന്റെ അപഗ്രഥനപാടവവും സൂക്ഷ്മദൃഷ്ടിയും അവയിൽ ഒരുമിക്കുന്നു.

അക്കാലത്ത് വലിയൊരു പ്രശ്നമായിരുന്നു തൊഴിലാളിയുടെ ദയനീയ സ്ഥിതി. അവകാശം എന്ന വാക്കിന് അവരുടെ

ജീവിതത്തിൽ അന്നു സ്ഥാനമില്ലായിരുന്നു. പത്തുപന്ത്രണ്ട് മണിക്കൂറിലധികം പണിയെടുത്താലും തൊഴിലുടമയ്ക്കു തൃപ്തിയില്ല. തുച്ഛമായ കൂലിയേ കിട്ടൂ. ആ ദുരവസ്ഥയ്ക്കെതിരെ ഉണർന്ന് സംഘടനയിലൂടെ പോരാടാൻ അവർക്കുത്തേജനം നല്കിയതിൽ ശ്രീനാരായണപ്രസ്ഥാനത്തിനാണ് ഏറ്റവും വലിയ പങ്കുള്ളത്. അവർക്ക് ഉപദേശരൂപേണ പ്രചോദനം നല്കിയതു ഗുരുദേവനാണ്. ആലപ്പുഴയിൽ തൊഴിലാളി സംഘടന ഔപചാരികമായി ഉദ്ഘാടനം ചെയ്യുന്ന സന്ദർഭത്തിൽ ഗുരുവിന്റെ മുഖ്യശിഷ്യനായ സത്യവ്രത സ്വാമികൾ അതിൽ സന്നിഹിതനായിരുന്നു. ഗുരുവിന്റെ നിർദ്ദേശമനുസരിച്ചാണ് പങ്കെടുത്തത്. ഗുരുവിന്റെ ആശംസകളറിയിക്കാൻ.

(മലബാറിലെ ബീഡിത്തൊഴിലാളികളുടെ ആദ്യകാല സംഘടനയ്ക്ക് നല്കിയ പേരിൽ ശ്രീനാരായണന്റെ പേരുണ്ടായിരുന്നുവെന്ന് ശ്രീ കോടിയേരി ബാലകൃഷ്ണൻ അനുസ്മരിക്കുന്നു)

ദുർദേവതാരാധന, ജന്തുബലി തുടങ്ങിയ പ്രാകൃതമായ സമ്പ്രദായങ്ങൾ ദൂരീകരിക്കാൻ ഗുരുദേവൻ നേരിട്ട് ഇടപെടുക തന്നെ ചെയ്തു. വിവാഹച്ചടങ്ങ് ലളിതമാക്കാൻ നിർദ്ദേശം നല്കി. മിശ്രവിവാഹവും മിശ്രഭോജനവും പ്രോത്സാഹിപ്പിച്ചു. കുടുംബജീവിതത്തിലും സാമൂഹികജീവിതത്തിലും കാലാനുസൃതമായ മാറ്റങ്ങൾ വരുത്തുന്നതിന് ഗുരു ശ്രദ്ധാപൂർവം പ്രവർത്തിച്ചുകൊണ്ടിരുന്നു. വ്യവസായാഭിവൃദ്ധിയുടെ കാര്യത്തിൽ ഗുരു എത്രത്തോളം തത്പരനായിരുന്നുവെന്ന് ഏവർക്കുമറിയാം.

ചുരുക്കിപ്പറഞ്ഞാൽ, കുടുംബജീവിതവും സാമൂഹികജീവിതവും വെടിപ്പുള്ളതാക്കി മാറ്റുന്നതിന് ഗുരുദേവൻ നിരന്തരം പരിശ്രമിച്ചുകൊണ്ടിരുന്നു. ജീവിതത്തിന്റെ സമസ്തമേഖലകളിലും ആ കണ്ണുകൾ പതിഞ്ഞിരുന്നു.

ഇത്രയധികം പ്രവർത്തനനിരതമായ ഒരു ജീവിതത്തിൽ നിന്ന് എന്തു സന്ദേശമാണ് നാം ഉൾക്കൊള്ളേണ്ടത്? ലോകക്ഷേമത്തിനുവേണ്ടി പ്രവർത്തിക്കുന്നതിലൂടെ ജീവിതത്തെ അർത്ഥമുള്ളതാക്കിത്തീർക്കുക എന്നതുതന്നെ ആ സന്ദേശത്തിന്റെ കാതൽ.

സാധാരണക്കാരായ നമുക്ക് ഗുരുദേവന്റെ അലൗകികമായ ഔന്നത്യം കണ്ട് പൂജിക്കാനേ സാധിക്കൂ എന്നത് വാസ്തവം. എങ്കിലും, കാലക്ഷേപത്തിനുവേണ്ടി കഠിനാധ്വാനം ചെയ്യുന്നതിനിടയിലും പൊതുജീവിതം മെച്ചപ്പെടുത്തുന്നതിന് ചെറിയ ചെറിയ കർമ്മങ്ങളെങ്കിലും നമുക്കു ചെയ്തുകൂടേ?

ഗുരുദേവ സന്ദേശത്തിൽ ഈ ചോദ്യത്തിനു സുപ്രധാനമായ സ്ഥാനമുണ്ടെന്നു ഞാൻ വിശ്വസിക്കുന്നു. ഏതു രംഗത്തു പ്രവർത്തിക്കുന്നു എന്നതു പ്രശ്നമല്ല. ജന്മവാസനയനു സരിച്ച് ഏതെങ്കിലുമൊരു കർമ്മമണ്ഡലം തിരഞ്ഞെടുക്കാവുന്ന തേയുള്ളൂ.

ഗുരുദേവന്റെ അനുയായികളായ ഡോ.പല്പു, കുമാര നാശാൻ, സഹോദരനയ്യപ്പൻ, ടി.കെ.മാധവൻ, സി.കൃഷ്ണൻ, മൂർക്കോത്ത് കുമാരൻ, സി.വി.കുഞ്ഞുരാമൻ, സ്വാമി ആനന്ദ തീർത്ഥർ മുതലായവരുടെ കഥകൾ നോക്കൂ. വിഭിന്ന മേഖലകളിലല്ലേ അവർ സംഭാവനകൾ നല്കിയത്? ജന്മവാസന യനുസരിച്ച് അവർ വിഭിന്നശൈലികളിൽ വിഭിന്നരംഗങ്ങളിൽ പ്രവർത്തനം തുടർന്നു. അഭിപ്രായഭിന്നതകൾ അവർക്കിടയിലു മുണ്ടാകാതിരുന്നില്ല. ചിന്തിക്കുന്നവർക്കിടയിൽ അതു സ്വാഭാ വികം. പക്ഷേ, അഭിപ്രായവ്യത്യാസങ്ങൾക്കതീതമായി ഒരു മിക്കാനും സഹകരിക്കാനും ഗുരുസന്ദേശം അവരെ പ്രാപ്ത രാക്കിത്തീർത്തു. ഫലമോ? വ്യത്യസ്തങ്ങളായ നാദധാരകൾ ലയാത്മകമായി ചേർന്ന് സംഗീതമാകുന്നതുപോലെ അവരുടെ പ്രവർത്തനങ്ങളൊക്കെയും ഒരു കാലഘട്ടത്തിന്റെ കർമ്മ സംഗീതമായി മാറി.

ആ സംഗീതത്തിന്റെ അനുരണനങ്ങളാണ് ശ്രീനാരായണ പ്രസ്ഥാനത്തിലെ ആദർശശാലികളെ ഇന്നും കർമ്മോന്മുഖ രാക്കുന്നത്. പണവും പദവിയും അധികാരവും അവരെ പ്രലോ ഭിപ്പിക്കുന്നില്ല. (ആ പ്രലോഭനത്തിനു കീഴ്പ്പെടുന്നവരെയും കാണാതിരിക്കുന്നില്ല. അവർ ഗുരുദേവ പ്രസ്ഥാനത്തിലെ കളങ്കമാണ്.) ലോകോപകാരപ്രദമായ കർമ്മങ്ങളാണ് അവർക്കു പ്രധാനം. എണ്ണിയാലൊടുങ്ങാത്ത ദുരിതങ്ങളാലും പ്രശ്നങ്ങളാലും കലുഷമായിരിക്കുന്ന ആധുനിക ജീവിതത്തിൽ കണ്ണുനീർതൂകാൻ മാത്രം വിധിക്കപ്പെട്ടവരെ നാലുപാടും നാം കാണുന്നു. അളവില്ലാത്ത ആ കണ്ണുനീരിലെ ഒരു തുള്ളിയെ ങ്കിലും തുടച്ചുനീക്കാൻ നമുക്കു കഴിയുകയില്ലേ? ഈ ചോദ്യ മാണ് അവരെ നയിക്കുന്നത്. അവരെ നയിക്കേണ്ടതും ആ ചോദ്യം തന്നെയാണ്.

ആ ചോദ്യത്തിന് കർമ്മത്തിലൂടെ ഉത്തരം നല്കാൻ പരി ശ്രമിക്കുന്നിടത്ത് അഭിപ്രായവ്യത്യാസങ്ങൾ നിസ്സാരമായി ത്തീരുന്നു.

നിങ്ങളെയും എന്നെയും കർമ്മോത്സുകരാക്കാൻ മാടി വിളിക്കുന്ന ജീവിതരംഗങ്ങൾ നിരവധിയാണ്. സഹജസ്വഭാവമ നുസരിച്ച് സംഘടിതമായി മാത്രമല്ല, വ്യക്തിപരമായും ആ

രംഗങ്ങളിൽ നമുക്കു കടന്നുചെല്ലാം. അങ്ങനെ കടന്നുചെല്ലാനാണ് ഗുരുദേവദർശനം ആഹ്വാനം നല്കുന്നത്. അപ്രകാരം ചെല്ലുന്നതാകട്ടെ, സ്നേഹപ്രചോദിതരായി വേണം താനും. അധികാരദുർമോഹം, സ്പർദ്ധ, വിദ്വേഷം മുതലായ വിനാശകരമായ വികാരങ്ങൾക്ക് അവിടെ സ്ഥാനമില്ല.

"ഗുരുദേവാ, ഗുരുദേവാ..." എന്ന മന്ത്രമുച്ചരിച്ചുകൊണ്ട് ഗുരുഭക്തരിലൊരു വിഭാഗം അന്യസമുദായങ്ങളിൽ നിന്നകലുന്ന രീതി ഇന്നു കാണാതിരിക്കുന്നില്ല. അധഃപതനത്തിന്റെ രീതിയാണത്. ഗുരുദേവസന്ദേശത്തിനു വിരുദ്ധമായ രീതിയുമാണത്. അതു തിരിച്ചറിഞ്ഞുകൊണ്ട്, ഒരു സംഗതിയിൽ നിഷ്ഠയോടുകൂടി നാം നിലകൊണ്ടേ തീരൂ - നിഷേധാത്മകമോ വിനാശകരമോ ആയ വികാരങ്ങളല്ല, ക്രിയാത്മകവും സർഗാത്മകവുമായ വികാരങ്ങളാണ് എപ്പോഴും നമ്മെ നയിക്കേണ്ടതെന്ന സംഗതിയിൽ.

അപ്രകാരമൊരു പ്രതിജ്ഞയോടുകൂടി കർമവീഥിയിൽ നീങ്ങാൻ സാധിക്കുമെങ്കിൽ ഗുരുദേവദർശനം എല്ലാ കാലഘട്ടങ്ങളുടേയും മോചനമന്ത്രമാക്കി മാറ്റാൻ (അനുയായികളായ) നമുക്കു സാധിക്കുമെന്ന് ഞാൻ വിശ്വസിക്കുന്നു.

ജാതിയുടേയും മതത്തിന്റേയും പേരിൽ മനുഷ്യർ വേർതിരിഞ്ഞകലാൻ തുടങ്ങുന്നതാണ് ഇന്നു നാം കാണുന്നത്. ഗുരുദേവസന്ദേശത്തിന്റെ നേർക്കുള്ള വെല്ലുവിളിയായി അതു നാം കാണണം. ആ വെല്ലുവിളി നാം ഏറ്റെടുക്കണം. എങ്കിൽ മാത്രമേ നമുക്ക് ഗുരുദേവന്റെ ആരാധകരാണെന്നഭിമാനിക്കാൻ അർഹതയുള്ളൂ.

പണ്ട്, കുമാരനാശാൻ നല്കിയ ആഹ്വാനം ഇന്നും പ്രസക്തിയുള്ളതാണ്. അതുദ്ധരിച്ചുകൊണ്ട് ഞാൻ പിന്മാറുന്നു.

> ഉണരിനുണരിനുള്ളിലാത്മശക്തി-
> പ്രണയമെഴും സഹജാതരേ! ത്വരിപ്പിൻ
> രണപടഹമടിച്ച് ജാതിരക്ഷ-
> സ്സണവൊരിടങ്ങളിലൊക്കെയെത്തിനേർപ്പിൻ!

ജാതിരക്ഷസ്സിനേക്കാൾ പൈശാചികമായ രൂപത്തിൽ ഇന്ന് മതരക്ഷസ്സ് ലോകരംഗത്ത് കടന്നുവന്നിരിക്കുന്നു. മനുഷ്യത്വമുള്ള ആരെയും ഞെട്ടിക്കുന്ന ക്രൂരരംഗങ്ങൾ മതവിദ്വേഷം ഇന്ന് സൃഷ്ടിച്ചുകൊണ്ടിരിക്കുന്നു. അതിനെതിരെയും ആത്മശക്തിയിൽ വിശ്വാസമർപ്പിച്ചുകൊണ്ട്, ഉണർന്നു പ്രവർത്തിക്കേണ്ടതാണ്. ആത്മശക്തിയുടെ മുന്നിൽ കിരാതശക്തികൾക്ക് ഇന്നല്ലെങ്കിൽ നാളെ കീഴടങ്ങാതെ നിവൃത്തിയില്ല.

അതിനാൽ, വിഭിന്ന ജാതികളിലും മതങ്ങളിലും ഉൾപ്പെട്ടവരെ മനുഷ്യരാക്കിത്തീർക്കാനുള്ള തീവ്രപരിശ്രമത്തിലേർപ്പെടേണ്ട ബാധ്യതയിൽ നിന്നൊഴിഞ്ഞുമാറാൻ ഗുരുദേവ ഭക്തർക്കു സാധിക്കയില്ല. ഒഴിഞ്ഞു മാറുന്നത് അപരാധമായിരിക്കും. രാഷ്ട്രീയവും സാമൂഹികവുമായ സംഘടിത ശക്തികൾക്കൊപ്പം അക്കാര്യത്തിൽ കലാപരവും സാംസ്കാരികവുമായ പ്രസ്ഥാനങ്ങളും ഒരുമിക്കേണ്ടതാണ്. ശ്രീനാരായണ ധർമ്മത്തിന്റെ അനുശാസനമാണതെന്ന കാര്യത്തിൽ എനിക്ക് തെല്ലും സംശയമില്ല.

ഇപ്രകാരമൊരു വിചാരഗതിയാണ് ഈ പുസ്തകത്തിന് അടിയൊഴുക്കായിട്ടുള്ളത്.

'ദൈവദശക'ത്തെ പുസ്തകത്തിന്റെ കേന്ദ്രസ്ഥാനത്തു പ്രതിഷ്ഠിക്കണമെന്നു തോന്നിയതിന്റെ കാരണങ്ങൾ പലതാണ്. ആ പ്രാർത്ഥനയുടെ നൂറാംവർഷം കഴിഞ്ഞ വർഷത്തിൽ വ്യാപകമായി ആചരിക്കപ്പെടുന്നതു നാം കണ്ടു. (ഗുരുദേവൻ ജീവിച്ചിരുന്ന കാലത്ത് അനേകം സവർണഗൃഹങ്ങളിൽ ഈ പ്രാർത്ഥന സന്ധ്യാവേളയിൽ ആലപിക്കപ്പെട്ടിരുന്നു.) അതിനാൽ, ദൈവദശകം പ്രത്യേകമായി ശ്രദ്ധിക്കുന്നതിനുള്ള സന്ദർഭമാണിത്. ആ പ്രാർത്ഥനയെപ്പറ്റി ഇക്കാലത്ത് അനേകം പുസ്തകങ്ങൾ പ്രകാശിതമായി. ദൈവദശകശ്ലോകങ്ങളുടെ അർത്ഥം വ്യക്തമാക്കുന്നതിനു പകരം ദുർഗ്രഹമാക്കുന്നതിനാണ് അവയുടെ കർത്താക്കളിലധികംപേരും തുനിഞ്ഞിരിക്കുന്നത്. അതിനാൽ പദങ്ങളുടെ അർഥവും കൂട്ടർഥവുമാണ് പ്രാഥമികമായി നല്കേണ്ടതെന്ന് എനിക്കു തോന്നി. അവയ്ക്കു നല്കുന്ന വിശദീകരണം ലൗകികജീവിതത്തോട് ആവുന്നിടത്തോളം ബന്ധപ്പെടുത്തേണ്ടതാണെന്ന വിചാരവും എന്നിലുണർന്നിരുന്നു.

പുസ്തകത്തിൽ ഇതൊക്കെയും കൃത്യമായി പാലിക്കാൻ എനിക്കു സാധിച്ചിട്ടുണ്ടോ എന്ന് നിശ്ചയമില്ല. വായനക്കാരാണല്ലോ അതു നിശ്ചയിക്കേണ്ടത്. അക്കാര്യത്തിൽ ഞാൻ പ്രത്യേകം ശ്രദ്ധിച്ചിട്ടുണ്ടെന്നു മാത്രം പറഞ്ഞുകൊള്ളട്ടെ. ഏറെയും സാധാരണക്കാരായ വായനക്കാരെയാണ് ഞാൻ മനസ്സിൽ കണ്ടത്.

ഗുരുദേവന്റെ ദുരൂഹമായ വ്യക്തിചൈതന്യത്തിലേക്ക് എത്തിനോക്കാനാണ് ആദ്യത്തെ അധ്യായത്തിൽ തുനിഞ്ഞിട്ടുള്ളത്. ശാസ്ത്രസത്യങ്ങൾപോലും മനസ്സിലാക്കുന്ന ഉൾക്കാഴ്ചയെപ്പറ്റി അതിൽ ഞാൻ സൂചിപ്പിക്കുന്നുണ്ട്. ആ ഉൾക്കാഴ്ചയെന്തെന്ന്, 'പിണ്ഡനന്ദി' എന്ന കവിത ഉദാഹരണമായെടുത്തുകൊണ്ട്, ഡോ. കമലാ ഉണ്ണിക്കൃഷ്ണൻ

വിശദമാക്കുന്ന പ്രബന്ധം തൊട്ടുപിന്നാലെ ചേർത്തിരിക്കുന്നു. ആധുനിക വൈദ്യശാസ്ത്രത്തിൽ നേടിയ അഗാധമായ അറിവു കൊണ്ടും സേവനനിരതമായ ചികിത്സ കൊണ്ടും ആത്മീയമായ ജീവിതചര്യകൊണ്ടും ഏവരുടേയും സ്നേഹബഹുമാനങ്ങൾക്കു പാത്രമായിത്തീർന്ന, പ്രസിദ്ധയായ, ഗൈനക്കോളജിസ്റ്റാണ് ആ മഹതി. ആ പ്രബന്ധം വായിക്കുന്നവർക്ക് അക്കാര്യം ബോധ്യമാകും. വിശിഷ്ടമായ ആ പ്രബന്ധം ഈ പുസ്തകത്തിൽ ചേർക്കുന്നതിനനുവാദം നല്കാൻ സന്മനസ്സ് കാണിച്ചതിന്റെ പേരിൽ ഡോ. കമലാ ഉണ്ണിക്കൃഷ്ണനോട് ഞാൻ കടപ്പെട്ടിരിക്കുന്നു.

'ദൈവദശകം' പ്രകാശിതമായതിനു തൊട്ടുപിന്നാലെയാണ് സഹോദരൻ കെ. അയ്യപ്പൻ 'സയൻസ് ദശകം' രചിച്ച് പ്രസിദ്ധീകരിക്കുന്നത്. ശാസ്ത്രവിജ്ഞാനത്തിന്റെ അനുഗ്രഹദായകമായ ഗുണവിശേഷങ്ങളുടെ മാഹാത്മ്യത്തെ പ്രകീർത്തിക്കുന്ന ആ കവിതയെ, താൻ രചിച്ച 'ദൈവദശകം' എന്ന പ്രാർത്ഥനയ്ക്ക് പൂരകമായാണ് ഗുരുദേവൻ കണ്ടത്. ഗുരുദേവമാനസത്തിന്റെ അളക്കാനാവാത്ത വിശാലത അതിൽനിന്നു മനസ്സിലാക്കാം. ആ മനസ്സിലാക്കലാണ് 'സയൻസ് ദശകം' ഇതിൽ ചേർക്കുന്നതിനു പ്രേരകമായത്. ആ വിശാലതയുൾക്കൊള്ളാൻ ഏവർക്കും കഴിയണമെന്നു ഞാനാഗ്രഹിക്കുന്നു.

വായനക്കാരുടെ അനുഭാവപൂർണമായ സമീപനം പ്രതീക്ഷിച്ചുകൊണ്ട്,

എം.കെ.സാനു

കർമ്മനിരതനായ ജ്ഞാനി

മഹാത്മാക്കളെക്കുറിച്ചാലോചിക്കുമ്പോഴൊക്കെയും ഗോളാകൃതിയിലുള്ള ഒരു വലിയ ശില്പത്തിന്റെ സങ്കല്പമാണ് എന്റെ മനസ്സിൽ തെളിയുന്നത്. ഏതൊരു വശത്തു നിന്നു നോക്കിയാലും ശില്പത്തിന്റെ ഭാഗികമായ കാഴ്ച മാത്രമേ ഒരാൾക്കു ലഭിക്കുകയുള്ളൂ. ചുറ്റിനും കറങ്ങിനോക്കിയാലല്ലാതെ ശില്പഭംഗി പൂർണമായി കണ്ടെന്ന് പറയാനാവുകയില്ല.

അപ്പോഴും ശില്പത്തിന്റെ ഗഹനശോഭ അതിന്റെ സമഗ്രതയിൽ ദർശിച്ചെന്നു പറയാനാവുകയില്ല. ഏതാനും അംശങ്ങൾ മാത്രമേ കണ്ടിട്ടുള്ളൂ എന്ന അനുഭവമായിരിക്കും മനസ്സിൽ ബാക്കി നില്ക്കുക. ആവർത്തിച്ചു കാണുംതോറും ആ അംശങ്ങളുടെ അളവ് ഒന്നിനൊന്നു വർധിച്ചുവരുന്നു. ആസ്വാദനവും നിരീക്ഷണവും എത്രതവണ ആവർത്തിച്ചു കഴിഞ്ഞാലും ശില്പത്തിന്റെ ഭാവഗഹനത പൂർണമായുൾക്കൊള്ളാനാവുകയില്ലെന്ന് നാം മനസ്സിലാക്കുകയും ചെയ്യുന്നു.

അങ്ങനെയൊരവസ്ഥയിൽ ശില്പത്തിന്റെ ചാരുതയെക്കുറിച്ചോ ഭാവഗാംഭീര്യത്തെക്കുറിച്ചോ വിവരിക്കാൻ മുതിരുന്ന ഒരാൾ എന്തു ചെയ്യും? ഓരോ വ്യക്തിയും ഓരോ മാർഗമായിരിക്കും അവലംബിക്കുകയെന്ന് ഞാൻ കരുതുന്നു. അത് വെറുമൊരു കരുതലാണെന്നു പറഞ്ഞുകൂടാ. അതാണു വാസ്തവം.

ഓരോ വശവും ആവുന്നിടത്തോളം വിവരിക്കുന്ന രീതിയാണ് എനിക്കു സ്വീകാര്യം. ഇവിടെ ശ്രീനാരായണഗുരു എന്ന മഹാത്മാവിനെക്കുറിച്ച് ലഘുവായി പ്രതിപാദിക്കുന്നതിന് ഞാൻ ആ രീതി കൈക്കൊള്ളുന്നു.*

ശ്രീനാരായണഗുരുവിന്റെ ആത്മാവ് അത്യന്തം ഗഹനവും അഗാധവുമാണ്. അതിൽ പ്രഭ ചൊരിഞ്ഞുകൊണ്ട് കേന്ദ്രസ്ഥാനത്ത് പ്രശോഭിക്കുന്നത് ആത്മീയതയാണ്. ഏറ്റവും പ്രധാനപ്പെട്ട അംശവും അതുതന്നെ. അദ്ദേഹത്തിന്റെ രൂപം തേജസ്സിന്റെ പരിവേഷമാർന്നതാണെന്ന് പലരും

---

* ശ്രീനാരായണഗുരുവിനെപ്പറ്റി 'മഹാത്മാവ്' എന്ന പ്രയോഗം ആദ്യമായി ഞാൻ കണ്ടത് ബോധേശ്വരന്റെ സ്മരണകളിലാണ്. അദ്ദേഹം മൂന്നു വർഷക്കാലത്തോളം ഗുരുവിനോടൊപ്പം താമസിച്ചിട്ടുണ്ട്. (കുമാരനാശാൻ നേരത്തേ ആ വാക്ക് പ്രയോഗിച്ചിരുന്നു. ഞാൻ അതു കാണുന്നത് വൈകിയാണ്.)

രേഖപ്പെടുത്തിയിട്ടുണ്ട്. അങ്ങനെ രേഖപ്പെടുത്തിയവരിൽ രവീന്ദ്രനാഥ ടാഗോർ എന്ന വിശ്വമാനവനായ കവിയും ഉൾപ്പെടുന്നു.

ഏറെക്കാലം അടുത്തിടപഴകിയിരുന്ന കുമാരനാശാനും സഹോദരൻ അയ്യപ്പനും മറ്റും ആ തേജസ്സിനെക്കുറിച്ച് ആവർത്തിച്ചുപോന്നു.

'നളിനി' എന്ന കാവ്യത്തിൽ ദിവാകരയോഗിയെ ആശാൻ വർണിക്കുന്നത് ഗുരുവിനെ മാതൃകയാക്കിയാണെന്ന വസ്തുതയെപ്പറ്റി അക്കാലത്ത് എല്ലാവരും പറഞ്ഞുപോന്നിരുന്നു. (താൻ നേരിട്ടു ചോദിച്ചപ്പോൾ ആശാൻ അക്കാര്യം സ്ഥിരീകരിച്ചെന്ന് സഹോദരൻ പറയുന്നതു ഞാൻ കേട്ടിട്ടുണ്ട്.) ഒന്നാം ശ്ലോകത്തിലെ 'ഉൽഫുല്ലബാലരവിപോലെ കാന്തിമാൻ' എന്ന പ്രയോഗം വായിച്ചപ്പോൾ തന്റെ കൺമുന്നിൽ ഗുരു നില്ക്കുന്നതായാണ് തോന്നിയതെന്നും സഹോദരൻ ആവർത്തിച്ചുപോന്നു. ധ്യാനത്തിനു ശേഷം പുറത്തുവരുമ്പോൾ ഗുരുവിന്റെ വദനം അനിർവചനീയമായ തേജസ്സിനാൽ പ്രകാശിക്കുന്നതായി തനിക്ക് അനുഭവപ്പെട്ടിട്ടുണ്ടെന്ന് പാർവതി അയ്യപ്പനും എന്നോടു പറഞ്ഞിട്ടുണ്ട്.

'നളിനി' എന്ന കാവ്യത്തിൽ,

നവ്യമാംപരിധിയാർന്നനുക്ഷണം
ദിവ്യദീപ്തിചിതറീടുമാമുഖം

എന്ന വിവരണം ആശാൻ എഴുതിയത് ഗുരുവിനെ പ്രത്യക്ഷമായി കണ്ടുകൊണ്ടാണെന്ന് മൂർക്കോത്ത് കുമാരൻ എഴുതുന്നു. 'ദിവ്യൈക്യനിർവൃതികരോജ്ജ്വലാനനം' എന്ന വർണനയെക്കുറിച്ചും അതേ കാര്യമേ അദ്ദേഹത്തിനു പറയാനുള്ളൂ. നൂറ്റാണ്ടുകളുടെ പഴക്കമുള്ള ദുരാചാരങ്ങളും, ജന്തുബലിപോലുള്ള പ്രാകൃതമായ ചടങ്ങുകളും തടയാൻ ഗുരു പുരുഷാരത്തിന്റെ മുന്നിലെത്തിയത് ഏകാകിയായിട്ടാണെന്നോർക്കണം. അന്ധവിശ്വാസത്തിൽ മയങ്ങി നിഷാദവികാരങ്ങൾക്കടിമകളായി മാറിയ ആ പുരുഷാരത്തിൽ നിന്ന് ഹിംസാത്മകമായ ആക്രമണം ഉണ്ടാകാവുന്നതാണ്. കലിബാധിച്ചവരെപ്പോലെ ലക്കുകെട്ട നിലയിലാണ് അവരെല്ലാവരും. പോരെങ്കിൽ, അവരിലധികംപേരും മദ്യലഹരിയുടെ ഭ്രാന്ത് പിടിപെട്ടവരുമാണ്.

എന്നാൽ, അദ്ഭുതമെന്നല്ലാതെ എന്തു പറയട്ടെ, ഗുരുവിന്റെ സാന്നിധ്യത്തിൽ അവരെല്ലാവരും മന്ത്രമുഗ്ധമായ സർപ്പത്തെപ്പോലെ പത്തി താഴ്ത്തി നിശ്ചേതനരായിപ്പോവുകയാണുണ്ടായത്! അതിനു കാരണമായി കാണേണ്ടത് ഗുരുവിലെ ദിവ്യതേജസ്സാണ്.

ആ തേജസ്സ് ദിവ്യൈക്യത്തിൽ നിന്നുണ്ടാകുന്നതാണ്.

ലൗകികമായ കാര്യങ്ങളിലാണ് ആത്മീയതയുടെ മറ്റൊരു വശം പ്രകടമാകുന്നത്. അമാനുഷമെന്നു പറയാവുന്ന ആത്മസംയമനം ഗുരുവിന്റെ പ്രവർത്തനങ്ങളെയും പെരുമാറ്റങ്ങളെയും എപ്പോഴും സമാവർജ്ജകമാക്കിത്തീർത്തിരുന്നു.

വാദങ്ങൾ ചെവിക്കൊണ്ടു മതപ്പോരുകൾ കണ്ടും
മോദസ്ഥിരനായങ്ങു വസിപ്പൂ മലപോലെ!

എന്നാണ് ആശാൻ 1916-ൽ ഗുരുവിനെക്കുറിച്ചെഴുതിയത്. ഭ്രാന്തുപിടിച്ച മത്സരങ്ങൾക്കും വാദകോലാഹലങ്ങൾക്കുമിടയിൽ പ്രശാന്തചിത്തനായി, 'മലപോലെ' വസിക്കുക - അതിലെ ബലം ആത്മീയതയുടേതാണ്.

"എത്ര അസ്വാസ്ഥ്യജനകമായ പരിതഃസ്ഥിതിയിലും ഗംഗതന്നിലെ ഹ്രദംപോലെ ശാന്തഗംഭീരമായിരിക്കുകയെന്നത് സ്വാമികളുടെ ഒരു സ്വഭാവ വൈശിഷ്ട്യമായിരുന്നു." (ബോധേശ്വരൻ).

അദ്ഭുതകർമ്മങ്ങളിലാണ് സാധാരണക്കാർ ആത്മീയത കാണുന്ന തെന്നു നമുക്കറിയാം. നമ്മുടെ ചുറ്റിനും ആ രീതിയിലുള്ള ആത്മീയത നാം കാണുന്നു. ഗുരുവിനെക്കുറിച്ചും അനേകം അദ്ഭുതകഥകൾ അക്കാ ലത്ത് പ്രചരിച്ചിരുന്നു. ഇക്കാലത്തും ആളുകൾ അദ്ഭുതങ്ങളെക്കുറിച്ചാണ് ഏറെ സംസാരിക്കുന്നത്. കോളുകൊണ്ട കടലിനോട് 'പിന്നോട്ടു പോകൂ' എന്ന് ഗുരുദേവൻ ആജ്ഞാപിച്ചെന്നും അതുകേട്ട മാത്രയിൽ കടൽ, അനുസരി ക്കുന്ന കുട്ടിയെപ്പോലെ, പിന്നോട്ടു പോയി എന്നും 'ഭയങ്കരമായി' പ്രസംഗി ക്കുന്നവരുടെകൂടെ വേദിയിലിരിക്കാൻ എനിക്കവസരമുണ്ടായിട്ടുണ്ട്. അദ്ഭുത ങ്ങളുടെ അകമ്പടിയില്ലാതെ ആത്മീയതയെ ദർശിക്കാൻ കഴിയാത്തവരുടെ സംഖ്യ ചെറുതല്ല. ഇവിടെ മാത്രമല്ല, ലോകത്തിന്റെ എല്ലാ ഭാഗത്തും.

ശാസ്ത്രത്തെ വാഴ്ത്തുകയും ശാസ്ത്രീയവീക്ഷണത്തിനുവേണ്ടി വാദി ക്കയും ചെയ്തുപോന്ന സഹോദരനയ്യപ്പനോട് ഇതേക്കുറിച്ച് ചോദിക്കാൻ എനിക്കവസരം കിട്ടിയിട്ടുണ്ട്. ഗുരുവിന്റെ കർമ്മങ്ങളിൽ അദ്ഭുതത്തിനാണു പ്രധാന സ്ഥാനമെന്ന് അദ്ദേഹം മറുപടി നല്കി. ആ അദ്ഭുതമെന്തെന്ന് അദ്ദേഹം തുടർന്നു വിശദീകരിക്കുകയും ചെയ്തു.

അദ്ദേഹം നല്കിയ വിശദീകരണത്തിന്റെ പൊരുൾ ഇവിടെ കുറിക്കട്ടെ:

1888-ലാണ് ശ്രീനാരായണഗുരു കേരളത്തിന്റെ പൊതുജീവിതരംഗത്ത് കർമ്മമണ്ഡലത്തിൽ കാലൂന്നുന്നത്. അതിനുമുമ്പും അദ്ദേഹം സമൂഹവു മായി ഇടപഴകിയിരുന്നു - സംശയമില്ല. എങ്കിലും വിശാലമായ അർഥത്തിൽ പൊതുപ്രവർത്തനം അദ്ദേഹം തുടങ്ങുന്നത് അരുവിപ്പുറത്ത് പ്രതിഷ്ഠാ കർമ്മം നിർവഹിക്കുന്നതോടെയാണ്. പിന്നോക്കജാതിയിൽ പിറന്ന ഒരാൾ ശിവപ്രതിഷ്ഠ നടത്തുക എന്നത് പ്രക്ഷോഭകരമായ ഒരു കർമ്മമാണ്. പാര മ്പര്യത്തെ വെല്ലുവിളിക്കുകയും നിഷേധിക്കുകയും ചെയ്ത സംഭവം. അതോടൊപ്പം അദ്ദേഹം നല്കിയ സന്ദേശവും, ഉയർത്തിയ മുദ്രാവാക്യവും സുദൃഢമായ ഒരു പൈതൃകത്തിന്റെ നാരായവേരിനുപോലും ഇളക്കമുണ്ടാ ക്കുന്നതായിരുന്നു. എല്ലാവരുമൊരുപോലെ ആവർത്തിച്ചുകൊണ്ടിരിക്കുന്ന ആ സന്ദേശവും മുദ്രാവാക്യവും വീണ്ടും ആവർത്തിക്കട്ടെ.

സന്ദേശം

ജാതിഭേദം മതദ്വേഷം
ഏതുമില്ലാതെ സർവരും
സോദരത്വേന വാഴുന്ന
മാതൃകാസ്ഥാനമാണിത്.

'മാതൃകാസ്ഥാനം' എന്നതുകൊണ്ട് അരുവിപ്പുറം എന്ന പ്രദേശത്തെയല്ല, ലോകത്തെയാണുദ്ദേശിക്കുന്നത്. പല സന്ദർഭങ്ങളിൽ നടത്തിയ സംഭാഷണങ്ങളിൽക്കൂടി ഗുരുദേവൻ അക്കാര്യം വ്യക്തമാക്കിയിട്ടുണ്ട്.

മുദ്രാവാക്യം

സംഘടനകൊണ്ടു ശക്തരാവുക
വിദ്യകൊണ്ടു പ്രബുദ്ധരാവുക

'പ്രബുദ്ധരാവുക' എന്നതിനു പകരം 'സ്വതന്ത്രരാവുക' എന്നും എഴുതിക്കാണുന്നു. രണ്ടിലേയും ആശയം ഒന്നുതന്നെ.

സംഘടനയിലൂടെ ലഭിക്കുന്ന ശക്തി ആധിപത്യം നേടാനും പണമുണ്ടാക്കാനും ആളുകൾ ഉപയോഗിക്കാവുന്നതാണ്. അങ്ങനെ ഉപയോഗിക്കാനാണ് കൂടുതൽ സാധ്യത. അതു സംഭവിക്കാതിരിക്കണമെങ്കിൽ 'വിദ്യ' അനുപേക്ഷണീയമാണ്. അധികാരം, സമ്പത്ത് തുടങ്ങിയവയുടെ നേർക്കുള്ള ദുരാഗ്രഹത്തിൽ നിന്നു മോചനം ലഭിക്കുമ്പോഴാണ് ഒരാൾ പ്രബുദ്ധനാകുന്നത്. (അല്ലെങ്കിൽ, സ്വതന്ത്രനാകുന്നത്) അതാണ് വിദ്യയുടെ ഗുണഫലം.

ആ അർഥത്തിൽ പ്രബുദ്ധനായി വളർന്നതുകൊണ്ടാണ് ഗുരുദേവൻ അനശ്വരാത്മാവയത്. 'ഗുരു' എന്ന കവിതയിൽ ആശാൻ എഴുതിയിരിക്കുന്ന ഒരു ശ്ലോകം ആ പ്രബുദ്ധതയുടെ സ്വഭാവമെന്തെന്ന് വ്യക്തമാക്കുന്നു:

അന്യർക്കു ഗുണം ചെയ്വതിനായുസ്സുവപുസ്സും
ധന്യത്വമൊടങ്ങാത്മതപസ്സും ബലി ചെയ്വൂ...

വപുസ്സും ആത്മതപസ്സും ആയുസ്സും ബലിചെയ്യുക - അതാണ് പ്രബുദ്ധത. അതാണ് സ്വാതന്ത്ര്യം.

ഈ അർഥത്തിൽ സ്വതന്ത്രനായിട്ടാണ് ഗുരുദേവൻ പൊതുജീവിതത്തിന്റെ കർമമേഖലകളിൽ സഞ്ചരിച്ചത്. അദ്ദേഹത്തിനു സ്വകാര്യതയുണ്ടായിരുന്നില്ല. ശിഷ്യന്മാർ, ഭക്തജനങ്ങൾ, പൊതുപ്രവർത്തകർ തുടങ്ങിയവരൊക്കെയും അദ്ദേഹത്തെ എപ്പോഴും വലയം ചെയ്തിരുന്നു. അവർക്കിടയിൽ സംശയാലുക്കളും വിമർശകരുമുണ്ടായിരുന്നു. കുറ്റങ്ങളും ന്യൂനതകളും കണ്ടെത്താൻ നിരന്തരം നിരീക്ഷിച്ചുകൊണ്ടിരുന്നവരും അക്കൂട്ടത്തിലുണ്ടാകാതിരുന്നില്ല. എല്ലാവരുടെയും വിമർശനബുദ്ധിക്കും നിരീക്ഷണത്തിനും മുന്നിലാണ് രഹസ്യമൊന്നുമില്ലാത്ത ആ പ്രവർത്തനം ഗുരുദേവൻ തുടർന്നത് - 1928-ൽ സമാധിയടയുന്നതുവരെ.

1888 മുതൽ 1928 വരെ നാല്പതു വർഷക്കാലം നീണ്ടുനിന്ന ആ പൊതുജീവിതത്തിൽ നേരിയൊരു കളങ്കരേഖപോലും ആരും കണ്ടില്ല. നിരന്തരം ഇടപഴകിക്കൊണ്ടിരുന്നവരിലെ ആരാധനാഭാവം ഒന്നിനൊന്നു വർധിച്ചുകൊണ്ടിരുന്നതേയുള്ളൂ.

ഗുരുദേവന്റെ ജീവിതത്തിൽ സഹോദരനയ്യപ്പൻ ദർശിച്ച അദ്ഭുതം ഇതാണ്.

തികവുറ്റ ജീവിതവിശുദ്ധിയും അവിശ്വസനീയമായ ആത്മബലിയും നേരിട്ടറിഞ്ഞ ജനങ്ങൾ ഗുരുദേവനിൽ ദൈവികഭാവം ദർശിച്ചത് സ്വാഭാവികം. ജീവിതത്തിന്റെ അവസാന നാളുകളിൽ സഹോദരനും അങ്ങനെയാണു കണ്ടത്.

ശ്രീനാരായണ ഗുരുവിന്റെ മുഴുജീവചരിത്രമെഴുതിയ മൂർക്കോത്തു കുമാരൻ അനേകം അദ്ഭുതങ്ങൾ അതിൽ വിവരിച്ചിട്ടുണ്ട്. ഗുരുവിനോടൊപ്പം കഴിയാൻ ഭാഗ്യം സിദ്ധിച്ചവരിലൊരാളാണദ്ദേഹം. ഗുരുവിന്റെ പ്രവർത്തനങ്ങളിൽ അനുചരനായി പങ്കുകൊണ്ടിരുന്ന അദ്ദേഹത്തിന് അനേകമനേകം കാര്യങ്ങൾ നേരിട്ടു കാണാനും നേരിട്ടറിയാനും കഴിഞ്ഞിട്ടുമുണ്ട്. (മൂർക്കോത്തു കുമാരൻ വിവരിക്കുന്ന അദ്ഭുതങ്ങളെപ്പറ്റി അതിലെ കഥാപാത്രങ്ങൾ തന്നെ എന്നോടു പറഞ്ഞത് ഇപ്പോഴും ഞാൻ ഓർമ്മിക്കുന്നു.)

അദ്ഭുതസിദ്ധികൾക്കു നിദാനമായി മൂർക്കോത്തു കുമാരൻ കാണുന്നത് യോഗവിദ്യയിലൂടെ നേടിയ ദൈവികശക്തിയാണ്. ചട്ടമ്പിസ്വാമികളോടൊപ്പം തൈക്കാട്ട് അയ്യാവ് സ്വാമിയുടെ ശിഷ്യത്വത്തിൽ ഗുരുദേവൻ യോഗവിദ്യ പരിശീലിച്ചിരുന്നു. അത് പൂർണതയിലെത്തിക്കുകയും ചെയ്തു. അതിന്റെ ഫലമായി സിദ്ധിച്ച 'ജ്ഞാനം' അദ്ഭുതങ്ങളുടെ ഉറവിടമായി അദ്ദേഹം കാണുന്നു. ഭവിഷദ്വിജ്ഞാനം അതിലെ പ്രധാന ഘടകം.

തപസ്സിനെപ്പറ്റിയും ഇവിടെ പറയേണ്ടിയിരിക്കുന്നു. മരുത്വാമലയിലും മറ്റും ഏകാന്തമായ തപസ്സിൽ കഴിഞ്ഞതിനുശേഷമാണ് ഗുരുദേവൻ പൊതുജീവിതത്തിൽ കർമരംഗത്ത് കാലൂന്നുന്നത്. തപസ്സിന്റെ ലക്ഷ്യം ദൈവസാക്ഷാത്കാരമാണ്. അഥവാ ബ്രഹ്മസാക്ഷാത്കാരമാണ്. അതെന്തെന്ന് നമുക്കാർക്കുമറിഞ്ഞുകൂടാ. എങ്കിലും ദൈവസാക്ഷാത്കാരം നേടിയവർ അതെക്കുറിച്ചെഴുതിയിട്ടുണ്ട്. അവരുടെ വാക്കുകളിൽകൂടി അതെക്കുറിച്ച് ഏകദേശരൂപത്തിലറിയാൻ നമുക്കു സാധിക്കുന്നു. ആ വിവരണങ്ങളെക്കുറിച്ച് പൊതുവിൽ പാശ്ചാത്യർ മിസ്റ്റിക് സാഹിത്യമെന്നു പറയുന്നു. (മിസ്റ്റിസിസം എന്ന വാക്ക് കേട്ടിട്ടില്ലാത്തവർ കാണുകയില്ല. അതെക്കുറിച്ച് 'യോഗാനുഭൂതി' എന്നും മറ്റും മലയാളത്തിലെഴുതിക്കാണുന്നു)

ദൈവാനുഭൂതിയാൽ അതീന്ദ്രിയജ്ഞാനം നേടിയ ദൈവജ്ഞനാണ് ഗുരുദേവൻ എന്നു വിശ്വസിക്കുന്നവരനേകം പേരുണ്ട്.

'കുണ്ഡലിനിപ്പാട്ട്' എന്ന കവിത യോഗാഭ്യാസത്തിലൂടെ സിദ്ധമാകുന്ന ജ്ഞാനോദയത്തെയാണ് ആവിഷ്കരിക്കുന്നത്.

എല്ലായറിവും വിഴുങ്ങി വെറും വെളി-
യെല്ലയിലേറി നിന്നാടുപാമ്പേ!

എന്ന് പതിന്നാലാം ഖണ്ഡത്തിലും,

എല്ലാം വിഴുങ്ങിയെതിരറ്റെഴുന്നൊരു
ചൊല്ലെങ്ങുമുണ്ടറിഞ്ഞാടു പാമ്പേ!

എന്ന് പതിനഞ്ചാം ഖണ്ഡത്തിലും കാണുന്നു.

'എല്ലാ അറിവും വിഴുങ്ങി' എന്നതിന്, ക്ഷണികങ്ങളായ അഥവാ നശ്വരങ്ങളായ വസ്തുക്കളെ സംബന്ധിക്കുന്ന അറിവുകളൊക്കെയും ഇല്ലാതാക്കി എന്നാണർഥം. 'വെളിയെല്ലയിൽ' എന്ന പ്രയോഗത്തിന് ചിദാകാശമാകുന്ന അതിരിൽ എന്നാണർഥമെന്നു പണ്ഡിതന്മാർ പറയുന്നു.

കവിതയിലെ ഓരോ വാക്കിന്റേയും അർഥം വിശദമാകാതെതന്നെ ഈ വരികളുടെ സാരം നമുക്ക് ഊഹിക്കാവുന്നതാണ്. നശ്വരങ്ങളും ക്ഷണികങ്ങളുമായ അറിവുകൾ (ഇന്ദ്രിയങ്ങളിൽക്കൂടി നേടുന്ന അറിവുകൾ) സത്യമല്ലെന്നും അവയ്ക്കാധാരവും സനാതനവുമായ ബ്രഹ്മസത്ത മാത്രമാണ് സത്യമെന്നും ഉള്ള ബോധത്തിലേക്ക് ഉണരുന്നതിനെയാണ് ഈ വാക്കുകൾ അർഥമാക്കുന്നത്.

'അനുഭൂതിദശകം' എന്ന കവിതയിൽ ആ അവസ്ഥയെപ്പറ്റി ഗുരു ഇപ്രകാരമെഴുതുന്നു:

ആനന്ദക്കടൽ പൊങ്ങി-
ത്താനേ പായുന്നിതാ പരന്നൊരുപോൽ
ജ്ഞാനം കൊണ്ടതിലേറി-
പ്പാനം ചെയ്യുന്നു പരമഹംസജനം

യോഗാഭ്യാസത്താൽ ലബ്ധമായ ബ്രഹ്മാനന്ദാനുഭൂതിയിലാണ് ഗുരുദേവനിലെ ആത്മീയത പ്രതിഷ്ഠിതമായിരിക്കുന്നതെന്നു ചുരുക്കം. യോഗവിദ്യയോടു ചേർത്ത് തപസ്സിനേയും കാണേണ്ടതാണ്.

ആ അനുഭൂതിയുടെ സ്വഭാവമെന്തെന്നും ഫലമെന്തെന്നും ഗുരുദേവൻ തന്റെ കവിതകളിൽ പലയിടങ്ങളിലും ആവർത്തിച്ചിട്ടുണ്ട്. 'ഒരു പതിനായിരമാദിതേയരൊന്നായ്' ഉദിച്ചു പ്രകാശിക്കുന്നതിനു തുല്യമാണത്. പതിനായിരം സൂര്യന്മാർ എന്ന സങ്കല്പത്തെ അതിവർത്തിച്ചുകൊണ്ട് 'ഒരു കോടി ദിവാകരർ' എന്ന പ്രയോഗം 'ചിജ്ജഡചിന്തനം' എന്ന കവിതയിൽ തിളങ്ങിനില്ക്കുന്നു.

ഇതിനപ്പുറം ഇക്കാര്യം വിവരിക്കാനാവുകയില്ല. കാരണം, ഇന്ദ്രിയാതീതമാണ് ആ അനുഭൂതി. ഉപനിഷത്തുകളിൽ പറയുന്നതുപോലെ, വാക്കുകൾക്കും മനസ്സിനും അപ്രാപ്യമായ മേഖലയിലെ സൂക്ഷ്മാനുഭൂതിയാണത്. ഇന്ദ്രിയവേദ്യമായ അറിവുകൾ നശ്വരവും മിഥ്യയുമാണെന്നു തെളിയിക്കുന്ന അനുഭൂതി. അതെങ്ങനെയാണ് വാക്കുകളിലൂടെ വിവരിക്കാനാവുക? ആ അനുഭൂതിയുടെ ഒരു ദിങ്മാത്രദർശനം അനുവാചകരിലേക്ക് പകരാൻ മാത്രമേ അതുല്യമായ സർഗവൈഭവത്താലനുഗൃഹീതരായ മിസ്റ്റിക് കവികൾക്കുപോലും കഴിയുകയുള്ളൂ. (അത്രയെങ്കിലും ആവിഷ്കരിക്കുന്നതിലനുഭവപ്പെടുന്ന അസഹ്യമായ വേദനയെച്ചൊല്ലി ആവിലയിലെ സെന്റ് തെരേസ വിലപിക്കുന്നുണ്ട്.)

വിവേകത്തിൽ നിന്നുളവാകുന്ന നിസ്സംഗതയാണ് ആ അനുഭൂതിയുടെ ഫലം.

ഈശൻ ജഗത്തിലെല്ലാമാ-
വസിപ്പതുകൊണ്ടു നീ
ചരിക്കമുക്തനായാശി-
ക്കരുതാരുടേയും ധനം

എന്ന ഉപദേശമാണ് അതിൽ നിന്നുറവയെടുക്കുക. ഈശ്വരൻ ജഗത്തിലെല്ലായിടത്തും ആവസിക്കുന്നതുകൊണ്ട് (അകവും പുറവും നിറഞ്ഞിരിക്കുന്നതുകൊണ്ട്) ഒന്നും സ്വന്തമാണെന്നു കരുതാതെ മുക്തനായി (സ്വാർത്ഥപരമായ ആഗ്രഹങ്ങളിൽനിന്നു മുക്തനായി) ചരിക്കുക. (കർമ്മമനുഷ്ഠിച്ചുകൊണ്ടിരിക്കുക.) ആരുടേയും ധനം ആശിക്കരുത്. (ആരുടേയും ധനത്തിൽ ആഗ്രഹം തോന്നരുതെന്നു സാരം)

പ്രപഞ്ചം മുഴുവൻ ഈശ്വരന്റേതായതിനാൽ ഈശ്വരന്റെ ധനത്തിൽ കൊതി തോന്നരുത് എന്ന ഉപദേശമായി ഈ വാക്കുകളെ കാണണം. സ്വകാര്യഉടമ അധാർമികമാണെന്നിടത്തോളം ഈ ഉപദേശം വ്യാപിക്കുന്നു.

ഗുരുദേവന്റെ സംഭാഷണങ്ങളിലെ ഒരു ഭാഗം ഓർമ്മയിൽ വരുന്നു. മക്കത്തായമാണോ മരുമക്കത്തായമാണോ അഭികാമ്യം എന്നതിനെപ്പറ്റി രണ്ടു വിഭാഗക്കാർ തമ്മിൽ തർക്കിക്കുന്നതാണ് സന്ദർഭം. നീണ്ടു നീണ്ടു പോകുക എന്നതാണല്ലോ ഏതു തർക്കത്തിന്റേയും സ്വഭാവം. രണ്ടു കൂട്ടരും തളരാൻ തുടങ്ങിയപ്പോൾ ഗുരുദേവനിൽ നിന്ന് ഒരു ചോദ്യം ഉയർന്നു:

–അയൽപക്കത്തായമാകുന്നതല്ലേ ഉത്തമം?

സ്വത്ത് സ്വകാര്യമാക്കാതെ, എല്ലാവരുടേതുമാക്കുന്നതല്ലേ നല്ലതെന്നാണ് ചോദ്യത്തിന്റെ സാരം. ഈശാവാസ്യത്തിലെ വാക്കുകൾക്ക് ഗുരുദേവൻ അത്രത്തോളം അർഥം കല്പിച്ചിരുന്നു.

ഈശ്വരമഹിമ പ്രപഞ്ചത്തിലെങ്ങും (അകവും പുറവും) നിറഞ്ഞിരിക്കുന്നതുകൊണ്ട് സമസൃഷ്ടസ്നേഹം പുലർത്തുകയെന്നത് ഏതു മനുഷ്യന്റേയും ചുമതലയാണ്. അതാണ് മാനവധർമം. ആ ധർമം ഓർമിപ്പിക്കുകയും ധർമാനുഷ്ഠാനത്തിനുപദേശിക്കുകയം ചെയ്യുന്ന കവിതകളും അദ്ദേഹത്തിന്റെ തൂലികയിൽ നിന്ന് രൂപം പ്രാപിച്ചിട്ടുണ്ട്. ('അനുകമ്പാദശകം', 'ജീവകാരുണ്യപഞ്ചകം' മുതലായ കവിതകൾ.)

എല്ലാവരുമാത്മസഹോദരരെ-
ന്നല്ലേ പറയേണ്ടതിതോർക്കുകിൽ നാം
കൊല്ലുന്നതുമെങ്ങനെ ജീവികളെ-
ത്തെല്ലും കൃപയറ്റു ഭുജിക്കയതും

എന്നാണ് 'ജീവകാരുണ്യപഞ്ചകം' തുടങ്ങുന്നത്. 'അനുകമ്പാദശക'ത്തിൽ, ഒരു പീഡപോലും ഇതരജന്തുക്കൾക്കുണ്ടാക്കാൻ പാടില്ലെന്ന ആശയം നിറഞ്ഞുനില്ക്കുന്നു.

ഒരു പീഡയെറുമ്പിനും വരു-
ത്തരുതെന്നുള്ളനുകമ്പയും സദാ
കരുണാകര, നല്കുകുള്ളിൽ നിൻ
തിരുമെയ് വിട്ടകലാത ചിന്തയും.

എറുമ്പിനെപ്പോലെ ചെറുപ്രാണികൾക്കുപോലും ഹിംസയേല്പിക്കരുതെന്ന വിചാരം എപ്പോഴും ഈശ്വരവിചാരത്തോടൊരുമിച്ചു മനസ്സിലുണ്ടാകണേ എന്നാണു പ്രാർഥന. 'അഹിംസ' എന്ന കവിതയിൽ, ദുരിതങ്ങളിലുഴലുന്നവനും അസ്വസ്ഥനുമായ മനുഷ്യന് ഈ ജീവകാരുണ്യം മാത്രമേ സുഖദായകമാവുകയുള്ളൂ എന്നു പറഞ്ഞിരിക്കുന്നു.

ഉപദ്രവിക്ക ബന്ധിക്ക
കൊല്ലുകെന്നവയൊന്നുമേ
ചെയ്യാത്ത ജന്തുപ്രിയനു
ചേരും പരമമാം സുഖം.

'പരമമാംസുഖം' എന്നതിന് ഇവിടെ ഈ ലോകത്തിൽ കിട്ടാവുന്ന പരമസുഖം എന്ന അർഥമാണുള്ളത്. ജീവിതത്തെ വിശിഷ്ടമാക്കുന്നതും സുഖദായകമാക്കുന്നതും ഈ രീതിയിലുള്ള കാരുണ്യമാകുന്നു.*

നോക്കൂ, ബ്രഹ്മാനുഭൂതിയെ സംബന്ധിക്കുന്ന പ്രതിപാദനത്തിൽ നിന്ന് ഞാൻ, സ്വയമറിയാതെ, സ്ഥിതിസമത്വവാദം, ജീവകാരുണ്യം മുതലായ ലൗകികവാദങ്ങളിലാണെത്തിയിരിക്കുന്നത്. അതിൽ വൈരുധ്യമൊന്നുമില്ല. പരമാത്മാവാണു പരമമായ സത്യമെങ്കിലും പരമാത്മാവുമായി അഭേദ്യമാം വിധം ബന്ധപ്പെട്ടിരിക്കുന്നതാണ് ലൗകികയാഥാർഥ്യങ്ങൾ. അവ മായയുടെ ഭാഗമായിരിക്കാം. പക്ഷേ, മായ ഒരിക്കലും ബ്രഹ്മത്തിൽ നിന്നു വേറിട്ടു നിൽക്കുന്നില്ല. 'ഇല്ലാത്തതെന്തോ അതാണു മായ' എന്നു പറയുന്നതോടൊപ്പം മായ ബ്രഹ്മത്തിന്റെ ഒരംശമാണെന്ന ആശയവും അതോടു ചേർന്നുനിൽക്കുന്നു.

ആത്മീയതയും ലൗകികതയും രണ്ടല്ല; ഒന്നാണ്. 'നീയല്ലോ മായയും മായാവിയും മായാവിനോദനും' എന്നിങ്ങനെ തുടരുന്ന പ്രാർഥനയിൽ നിന്നു തന്നെ ആ സത്യം നമുക്കു ഗ്രഹിക്കാൻ കഴിയുന്നു. മായയും പരമാത്മാവ് തന്നെയാണ്.

അതിൽനിന്നാണ് ഗുരുദേവന്റെ സാമൂഹികപരിഷ്കരണപരമായ പ്രവർത്തനങ്ങളും അവയ്ക്കു പിന്നിലുള്ള ആശയങ്ങളും നാം മനസ്സിലാക്കേണ്ടത്. ജന്തുബലി, കെട്ടുകല്യാണം, അയിത്തം മുതലായ ദുരാചാരങ്ങൾ

---

* കുമാരനാശാന്റെ 'പ്രഭാതപ്രാർഥന'യിലെ ഒരു ശ്ലോകം താഴെ ഉദ്ധരിക്കുന്നു. ഗുരുദേവന്റെ സ്വാധീനമാണ് അതിലുള്ളത്.

ഗണമെന്നിയൊരാൾക്കുമെന്നിൽ നി-
ന്നണയായ്‌വാൻ തരമാകണം വിഭോ,
അണുജീവിയിലും സഹോദര-
പ്രണയം ത്വൽകൃപയാലെ തോന്നണം.

'അഹിംസ'യെപ്പറ്റിയും ആശാൻ അക്കാലത്ത് കവിതയെഴുതിയിട്ടുണ്ട്.

സമൂഹത്തിൽ നിന്നു തുടച്ചുമാറ്റുന്നതിൽ മാത്രമായി ആ പ്രവർത്തനം ഒതുങ്ങിനില്ക്കുന്നില്ല. വ്യക്തികളെ നശിപ്പിക്കുകയും അവരെ സമൂഹത്തിന്റെ ശാപമാക്കിത്തീർക്കുകയും ചെയ്യുന്ന മദ്യത്തിനെതിരെ കർക്കശമായ നിലപാടല്ലേ ഗുരു അവലംബിച്ചത്? അവിടവും കടന്ന് തൊഴിലാളികൾക്ക് ന്യായമായ സേവനവേതന വ്യവസ്ഥകൾ നേടുന്നതിന് ട്രേഡ് യൂണിയൻ പ്രസ്ഥാനത്തെ പ്രോത്സാഹിപ്പിക്കുന്നിടത്തോളം ഗുരുദേവന്റെ പ്രവർത്തനം വളർന്നു എന്ന വസ്തുത മറക്കാൻ പാടില്ല.

വേദാന്തത്തിന്റെ സൂക്ഷ്മാശയങ്ങളിൽ വിഹരിക്കാൻ മാത്രമല്ല, സ്തോത്രങ്ങൾ ചൊല്ലിയും മന്ത്രങ്ങൾ ഉരുവിട്ടും കഴിയാൻ മാത്രമല്ല, സമൂഹത്തിൽ പരിവർത്തനം സൃഷ്ടിക്കാനും ഗുരുദേവദർശനം പ്രചോദനമരുളുന്നുണ്ടെന്ന സത്യം ഗുരുദേവഭക്തന്മാർ എപ്പോഴും ഓർമിക്കേണ്ടതാണ്.

സഹോദരനയ്യപ്പന്റെ കർമ്മങ്ങളിൽ ദൈവമുണ്ടെന്നു പ്രസ്താവിക്കാൻ മുതിർന്ന ഗുരു എത്ര വിശാലവും അഗാധവുമായ വീക്ഷണമാണ് പുലർത്തിപ്പോന്നതെന്നതിനെക്കുറിച്ച് ഇക്കാലത്ത് ആളുകൾ ആലോചിക്കുന്നില്ല. ഗുരുദേവഭക്തരെയും അനുയായികളെയും ഉദ്ദേശിച്ചാണ് ഇക്കാര്യം ഇവിടെ കുറിക്കുന്നത്. ജാതി വേണ്ട, മതം വേണ്ട എന്നു പറഞ്ഞുനിർത്താതെ, 'ദൈവം വേണ്ട മനുഷ്യന്' എന്നിടത്തോളം കടന്നുചെന്ന വാക്കുകളുടെ നേർക്ക് ഗുരുദേവന് എതിർപ്പൊന്നുമുണ്ടായില്ലെന്നു പറഞ്ഞാൽ പോര, ആ വാക്കുകൾക്ക് അന്നത്തെ സാഹചര്യത്തിൽ ദൈവികമായ പ്രാധാന്യമുണ്ടെന്നു വരെ ക്രാന്തദർശിയായ അദ്ദേഹം സൂചിപ്പിച്ചു. ജാതികൃതമായ ഘോരകൃത്യങ്ങളെയും അന്ധമായ അനാചാരങ്ങളെയും ന്യായീകരിക്കാൻ സ്വാർഥബുദ്ധികളായ മനുഷ്യർ ഉയർത്തിനിർത്തുന്ന 'ദൈവ'ത്തെ നിഷേധിക്കുന്നതിൽ ധാർമികവീര്യമല്ലാതെ മറ്റൊന്നും കാണ്മാനില്ല. ആ രീതിയിലാണ് ഗുരു ആ നിഷേധത്തെ കണ്ടത്.

സംസാരസാഗരം (ഭവാബ്ധി) എന്ന് ദൈവദശകത്തിലെ ഒന്നാം ശ്ലോകത്തിൽ കാണുന്നതിൽ നിന്നുതന്നെ ഗുരുദേവൻ ലൗകികജീവിതത്തിന് പ്രാധാന്യം നല്കിയിരുന്നുവെന്ന് അനുമാനിക്കാം. പ്രത്യക്ഷ ജീവിതത്തിനാധാരമായ പരമാത്മാവിൽ മനസ്സ് എപ്പോഴും 'അസ്പന്ദമാകണം' എന്ന് രണ്ടാം ശ്ലോകത്തിൽ പറയുന്നുണ്ടെങ്കിലും മൂന്നാം ശ്ലോകത്തിൽ ആ പരമാത്മാവിനെ 'അന്നവസ്ത്രാദിമുട്ടാതെ തന്നു രക്ഷിച്ചുകൊണ്ടിരിക്കുന്ന തമ്പുരാനായി പ്രകീർത്തിക്കുന്നുവെന്ന കാര്യവും ശ്രദ്ധിക്കണം. ഭക്ഷണവും വസ്ത്രവും കിടപ്പാടവുമില്ലെങ്കിൽ ജീവിതമില്ല. ജീവിതമില്ലെങ്കിൽ മോക്ഷത്തെക്കുറിച്ചുള്ള ചിന്തയ്ക്ക് സ്ഥാനവുമില്ല.

അപ്പോൾ ജീവിതപ്രശ്നങ്ങൾ നേരിടുന്നതിനും പരിഹരിക്കുന്നതിനുമുള്ള പരിശ്രമത്തിൽ ഞങ്ങൾക്കു തുണയാകണേ എന്നാണ് 'കൈവിടാതെ കാത്തുകൊള്ളുക' എന്ന പ്രാർഥനയ്ക്ക് അർത്ഥം നൽകേണ്ടത്.

ലൗകികജീവിതം അഥവാ സംസാരജീവിതം ശോകപൂരിതമാണെന്ന വീക്ഷണം പ്രാർഥനയിലെ അടിയൊഴുക്കാണ്. ജീവിതത്തിന്റെ അടിസ്ഥാന ഭാവം ശോകമാണ്. മനുഷ്യനിലെ ദുർവാസനകളും അതുമൂലമുണ്ടാകുന്ന

കർമങ്ങളും ആ ശോകത്തെ വർദ്ധിപ്പിക്കുകയും അസഹ്യമാക്കിത്തീർക്കുകയും ചെയ്യുന്നു.

ജീവിതത്തിന്റെ സ്വഭാവം ശോകമാണെന്നതിനെപ്പറ്റി മതങ്ങളും പുരാണങ്ങളും കാവ്യങ്ങളുമെല്ലാം ഒരുപോലെ പ്രതിപാദിക്കുന്നു. 'സംസാര ദുഃഖം' എന്ന പ്രയോഗം നമുക്കു പരിചിതമാണ്. 'ചക്ഷുശ്രവണഗളസ്ഥമാം ദർദ്ദുരം ഭക്ഷണത്തിന്നപേക്ഷിക്കുന്നതുപോലെ'യാണ് ക്ഷണഭംഗുരമായ മർത്ത്യജന്മത്തിന്റെ അവസ്ഥയെന്ന് എഴുത്തച്ഛൻ, 'നരജീവിതമായ വേദന' എന്ന് കുമാരനാശാൻ.

മഹാഭാരതത്തിലെ ചെറിയൊരു കഥയെ ഉപജീവിച്ചുകൊണ്ട് മഹാനായ ടോൾസ്റ്റോയ് ഈ ആശയം വിശദമാക്കുന്നുണ്ട്. ആ വിശദീകരണം രസപ്രദമാണ്. ചിന്തോദ്ദീപകവുമാണ്. വിജനമായ കാനനപ്രദേശത്തിലൂടെ നടന്നുപോകുന്ന ഒരാളെയാണ് അതിൽ നാം കാണുന്നത്. നടക്കുന്നതിനിടയിൽ അയാൾ ഒരു ഹിംസ്രജന്തുവിന്റെ കണ്ണിൽപ്പെടുന്നു. ആ ക്രൂരജന്തു ഗർജിച്ചുകൊണ്ട് അയാളുടെ നേർക്കു കുതിക്കുന്നു. അതിന്റെ ഘോരദംഷ്ട്രകളിലകപ്പെടാതിരിക്കാൻ അയാൾ പ്രാണഭയത്തോടുകൂടി ഓടുന്നു. മുകളിൽ വള്ളിപ്പടർപ്പുള്ള ഒരു പൊട്ടക്കിണർ അയാളുടെ കണ്ണിൽപ്പെടുന്നു. അയാൾ അതിൽ അഭയം കണ്ടു. ആ വള്ളിപ്പടർപ്പിൽ അയാൾ നുഴഞ്ഞുകയറി താഴോട്ടു നോക്കിയപ്പോൾ മറ്റൊരു ഭീകരജന്തു കിണറിന്റെ അടിത്തട്ടിൽ വായ് പൊളിച്ചു കാത്തിരിക്കുന്നു! താഴോട്ടിറങ്ങിയാൽ അതിന്റെ വായിൽപ്പെടും. പുറത്തേക്കു പോയാലോ? അവിടെ ആ ഹിംസ്രജന്തു....

വിഭ്രാന്തിയുടെ ആ ഘട്ടത്തിൽ അയാൾ ആ വള്ളിപ്പടർപ്പിലെ ഒരു വള്ളിയിൽപ്പിടിച്ച് തൂങ്ങിക്കിടക്കുന്നു. അപ്പോൾ ആ വള്ളിയിൽ ഒരു ചലനം അനുഭവപ്പെടുന്നു. മുകളിലോട്ട് നോക്കിയപ്പോൾ, താൻ തൂങ്ങിക്കിടക്കുന്ന വള്ളിയിൽ രണ്ട് എലികൾ കരണ്ടുകൊണ്ടിരിക്കുന്നതാണ് അയാൾ കണ്ടത്. അതിൽ ഒന്നു വെളുത്തതും മറ്റൊന്ന് കറുത്തതുമാണ്.

ഭയചകിതനായി നാലുപാടും നോക്കുമ്പോൾ ചിത്രശലഭങ്ങൾ പാറിപ്പറക്കുന്നതാണ് അയാളുടെ ദൃഷ്ടിയിൽപ്പെട്ടത്. വള്ളിപ്പടർപ്പിലെ ഭംഗിയാർന്ന പൂക്കളിൽ നിന്ന് അവ തേൻ നുകർന്നാസ്വദിച്ചുല്ലസിക്കുകയും ചെയ്യുന്നു. അതിനിടയിൽ അവയുടെ ചുണ്ടിൽനിന്നും തെറിച്ചുവീണ തേൻതുള്ളികൾ തന്റെ ചാരത്തുള്ള ഇലകളിൽ തങ്ങിനില്ക്കുന്നു. അയാൾ തന്റെ നാവ് നീട്ടി ആ തേൻതുള്ളികൾ നക്കിക്കുടിച്ചാസ്വദിക്കുന്നു. ഹാ, എത്ര മധുരമായ അനുഭവം!

ഇതാണു മനുഷ്യജീവിതം, ടോൾസ്റ്റോയ് പറയുന്നു.

ജീവിതത്തെ എപ്പോഴും മൃത്യു വലയം ചെയ്തിരിക്കുന്നു. പകലും രാത്രിയുമാകുന്ന വെളുത്തെലിയും കറുത്തെലിയും ആയുസ്സിന്റെ വള്ളി നിരന്തരം കരണ്ടുകൊണ്ടിരിക്കുന്നു. ആ വള്ളി ഏതു നിമിഷവും അറ്റുപോകാം. അറ്റുപോയാലോ? ജീവിതം മരണത്തിന്റെ അന്ധകാരത്തിൽ നിപതിക്കുന്നു. പിന്നെ എന്ത്? നമുക്കറിഞ്ഞുകൂടാ.

അധികമാളുകളും ഈ അവസ്ഥ കാണുന്നില്ല. കാണുന്നവരിലധികം പേരും അതെക്കുറിച്ചാലോചിക്കുന്നില്ല. (ആലോചിക്കാനുള്ള കഴിവ് എല്ലാ

വരിലുമുണ്ട്. അതൊരു സിദ്ധിയാണ്. അത് ഉപയോഗപ്പെടുത്തുന്നവർ എത്രയോ ചുരുക്കം.) അവർ തിന്നും കുടിച്ചും ഇന്ദ്രിയാമോദകരമായ സന്തോഷങ്ങൾ നക്കിനുണഞ്ഞും കഴിഞ്ഞുപോകുന്നു. അത്തരം സന്തോഷ ങ്ങൾ കിട്ടാതെ വരുമ്പോൾ മാത്രമേ അവർ സങ്കടപ്പെടുന്നുള്ളൂ. അത്തരം സന്ദർഭങ്ങൾ തരണം ചെയ്യാനുള്ള വാസനയും അക്കൂട്ടർക്കുണ്ട്. 'ജീവിത മെന്നാൽ യഥേഷ്ടം സുഖിക്കലാ'ണെന്ന മുദ്രാവാക്യമവലംബിച്ച് അവർ ജീവിച്ചുപോകുന്നു.

മറിച്ച്, ചിന്താശീലരായ മനുഷ്യർക്കു മുമ്പിൽ ആ അവസ്ഥ പല ചോദ്യ ങ്ങളും ഉയർത്തുന്നു. ഇതാണു ജീവിതമെങ്കിൽ ഇതിനെന്താണൊരർഥം? ഇതു തുടരുന്നതെന്തിന്? ഇത്തരം ചോദ്യങ്ങൾ ടോൾസ്റ്റോയിയെ ആത്മ ഹത്യാവിചാരത്തോളം എത്തിച്ചു. എങ്കിലും, ജീവിതത്തിന്റെ പരമലക്ഷ്യ മെന്തെന്ന് ഇടയ്ക്കുവെച്ച് വെളിപ്പെട്ടതുമൂലം അദ്ദേഹം തുടർന്നുജീവിക്കാൻ തീരുമാനിക്കുകയും, ലക്ഷ്യം സാക്ഷാത്കരിക്കുന്നതിനുവേണ്ടിയുള്ള പരി ശ്രമങ്ങളിൽ അർഥം കണ്ടെത്തുകയും ചെയ്തു.

(യഥാർഥമായ ദാർശനികപ്രശ്നം ഒന്നേയുള്ളൂ, അത് ആത്മഹത്യ യാണ്, എന്ന് ആൽബേർ കമ്യു കുറിച്ചിട്ടുള്ളത് ഇവിടെ സ്മരണീയമാണ്.)

യഥേഷ്ടം സുഖിക്കലാണ് ജീവിതമെന്ന വീക്ഷണത്തോടുകൂടി ജീവി ക്കുന്നവർക്കുപോലും ദുഃഖങ്ങൾ നേരിടേണ്ടതായി വരുന്നു. ഉറ്റവർ മരി ക്കുന്നു. അടുപ്പമുള്ളവർ വേർപിരിഞ്ഞുപോകുന്നു. രോഗങ്ങൾ പിടി പെടുന്നു. തെറ്റിദ്ധാരണകൾ മൂലവും ദുർവാസനകൾ മൂലവും ബന്ധുക്കൾ ശത്രുക്കളായിത്തീരുന്നു. സ്വന്തം ആഗ്രഹങ്ങൾ പരിതൃപ്തമാകാത്തതു മൂലം സങ്കടപ്പെടേണ്ടതായി വരുന്നു. അങ്ങനെ എന്തെല്ലാം!

ഒടുവിൽ മരണം കൺമുന്നിലെത്തുന്നു.

സംസാരദുഃഖമെന്നു പറയുന്നതിൽ ഇതെല്ലാം ഉൾപ്പെടുന്നു.

എന്നാൽ, ഈ സംസാരസമുദ്രത്തിന് ഒരു തുടർച്ചയുണ്ടെന്നും ആ തുടർച്ച ആനന്ദസമുദ്രത്തിലാണെത്തിക്കുന്നതെന്നും 'ദൈവദശകം' ഉദ്ബോധിപ്പിക്കുന്നു. അവിടം പ്രാപിക്കുന്നതിനു നമുക്കാശ്രയമായ ചൈത ന്യമാണ് ദൈവം.

സംസാരസമുദ്രത്തിന്റെ മറുകരയെത്തിക്കുന്ന നാവികൻ. ആ നാവികൻ ദീനാവനപരായണനും ദയാസിന്ധുവുമാണ്. (ദീനാവനപരായണനെന്നു പറഞ്ഞാൽ ദുഃഖിതരെ രക്ഷിക്കുന്നതിൽ തത്പരനെന്നർഥം. ദയാസിന്ധു എന്നാൽ കാരുണ്യത്തിന്റെ കടൽ എന്നും.) ആ ദൈവത്തെ ആശ്രയി ക്കുക എന്ന ആശയമാണ് 'ജയിക്കുക മഹാദേവ' എന്ന വാക്കുകൾ ഉൾക്കൊള്ളുന്നത്. അങ്ങനെ ആശ്രയിക്കുമ്പോൾ ആ ഗുണങ്ങൾ (ദീനാ വനപരായണത്വവും കാരുണ്യവും) നമ്മിൽ നിറയുന്നു. അഥവാ, നമ്മിലെ ചപലവാസനകൾക്കുമേൽ ആ ഗുണങ്ങൾ വിജയം വരിക്കുന്നു.

ഭക്തിയിൽ മുഴുകിക്കഴിയാനല്ല ഈ അവസ്ഥ ഒരാളെ പ്രേരിപ്പിക്കുന്നത്. പിന്നെയോ, കാരുണ്യത്താൽ പൂരിതമായ ഹൃദയത്തോടുകൂടി ദുഃഖിതരെ ദുരിതങ്ങളിൽ നിന്നു വിമുക്തരാക്കാനുള്ള കർമ്മങ്ങളിലേർപ്പെടാനാണ്.

ഗുരുദേവകർമ്മങ്ങളുടെ കൈയൊപ്പാണ് ആ സന്ദേശത്തിലെ ബലം. (താൻ സ്വയം ആചരിക്കാത്തതൊന്നും ഗുരുദേവൻ ഉപദേശിച്ചിട്ടില്ല.)

ദുരിതങ്ങളിൽ നിന്നു ദുഃഖിതരെ കരകയറ്റുക അത് എളുപ്പമായ കാര്യമല്ല. അസാധ്യമായ കാര്യമാണെന്നു പറയാൻ തോന്നിപ്പോകുന്നു. അത്രയേറെ സങ്കടങ്ങൾ ഈ ഭൂമിയിൽ മനുഷ്യരനുഭവിക്കുന്നു. അവരെ രക്ഷിക്കുന്നതിനാകട്ടെ, പല മാർഗങ്ങളവലംബിക്കേണ്ടതായും വരുന്നു. അന്ധവിശ്വാസങ്ങളുടെയും അനാചാരങ്ങളുടെയും ഇരകളായി ദുരിതമനുഭവിക്കുന്നവരെ രക്ഷിക്കാൻ അന്ധവിശ്വാസങ്ങൾക്കെതിരായ പോരാട്ടം അനുപേക്ഷണീയമാണ്. ഗുരുദേവചരിതത്തിന്റെ ഒരു വശം പോരാട്ടത്തിന്റേതാണെന്നോർക്കണം. അരുവിപ്പുറത്തെ ശിവലിംഗ പ്രതിഷ്ഠ തന്നെ സഹസ്രാബ്ദങ്ങളുടെ പിൻബലമുള്ളതും അർഥശൂന്യവുമായ ഒരാചാരത്തിനെതിരായ പോരാട്ടമായിരുന്നു.

പ്രശാന്തമെന്നു പുറമെ തോന്നിക്കുന്ന ഗുരുദേവസൂക്തങ്ങളിൽ പലതിലും പോരാട്ടത്തിന്റെ വീര്യം അടങ്ങിയിട്ടുണ്ട്. 'മതമേതായാലും മനുഷ്യൻ നന്നായാൽ മതി' എന്നത് ഒരു ഉദാഹരണം മാത്രം.

ദുഷ്ടമൂർത്തികളായ വിഗ്രഹങ്ങൾ നീക്കം ചെയ്യുക, ജന്തുബലി അനുവദിക്കാതിരിക്കുക മുതലായ എത്രയോ കർമങ്ങൾ ആ ജീവിതത്തിൽ നാം കാണുന്നു. ന്യായമായ സേവനവേതനവ്യവസ്ഥകൾ നടപ്പാക്കുന്നതിനു വേണ്ടി തൊഴിലാളികൾ സംഘടിക്കണമെന്നാഹ്വാനം ചെയ്യാൻ മാത്രമല്ല അതിനാവശ്യമായ ഒത്താശകൾ ചെയ്തുകൊടുക്കാൻ കൂടി ഗുരുദേവൻ സന്നദ്ധനായി. ആലപ്പുഴയിലെയും കണ്ണൂരിലെയും തൊഴിലാളി സംഘടനകളുടെ ചരിത്രം അക്കാര്യം സാക്ഷ്യപ്പെടുത്തുന്നു. അതുപോലുള്ള കാര്യങ്ങളിൽ ശാസ്ത്രീയവും യുക്തിബദ്ധവുമായ സമീപനമാണ് ഗുരു അവലംബിച്ചു പോന്നത്.

യുക്തിവാദവും ശാസ്ത്രീയ വീക്ഷണവും സ്വീകരിച്ചവർക്ക് ഗുരു അഭികാമ്യനായതിന്റെ കാരണം അതാണ്. ശാസ്ത്രജ്ഞാനത്തിലും യുക്തിവാദത്തിലും ഗുരു പുരോഗതിയുടെ കിരണങ്ങളാണ് ദർശിച്ചത്. 'ദൈവദശകം' ചൊല്ലുകയും വായിക്കുകയും ചെയ്യണമെന്നുപദേശിച്ചതോടൊപ്പം സഹോദരനയ്യപ്പനെ 'സയൻസ് ദശകം'* രചിച്ചതിന്റെ പേരിൽ അദ്ദേഹം അഭിനന്ദിക്കുകയും ചെയ്തു. അന്ധവിശ്വാസങ്ങളും അനാചാരങ്ങളും മനുഷ്യനിലെ തിന്മയും മറ്റും ചേർന്നുണ്ടാക്കുന്ന ഇരുട്ടിൽ വെളിച്ചം പരത്തുന്നതു സയൻസാണെന്ന് ഗുരു അറിഞ്ഞിരുന്നു. ഗവേഷണപരീക്ഷണങ്ങളിലും ചിന്തയിലുംകൂടി പ്രകൃതിരഹസ്യങ്ങൾ കണ്ടെത്തുന്ന ശാസ്ത്രജ്ഞരെ നവീനകാലഘട്ടത്തിലെ മഹർഷിമാരായിട്ടാണ് ഗുരു കണ്ടത്.

ആ രീതിയിൽ ശാസ്ത്രത്തേയും ശാസ്ത്രജ്ഞരേയും അദ്ദേഹം മനസ്സിലാക്കിയത് ഉൾക്കാഴ്ചയാലായിരിക്കാം. യോഗവിദ്യയിലും തപസ്സിലും

* സഹോദരൻ അയ്യപ്പന്റെ 'സയൻസ് ദശകം' അനുബന്ധമായി ഈ ഗ്രന്ഥത്തിൽ ചേർത്തിരിക്കുന്നു.

കൂടി ലഭിക്കുന്ന സിദ്ധികൾക്ക് ഭാവി പ്രവചിക്കാനും പ്രകൃതിരഹസ്യങ്ങൾ കാണാനുമുള്ള കഴിവുണ്ടാകുമെന്നാണ് അതെക്കുറിച്ചു പഠിച്ചിട്ടുള്ളവർ രേഖപ്പെടുത്തിയിട്ടുള്ളത്. (അക്കാര്യത്തിൽ ഞാൻ അജ്ഞനാണ്).

അനുഭവം, യുക്തി, പരീക്ഷണം മുതലായവ പോലെ സഹജാവബോധവും വിജ്ഞാനത്തിന്റെ ഉറവിടമാകുമോ എന്ന വാദം പ്രബലമാണ്. തത്ത്വശാസ്ത്രത്തിൽ സോക്രട്ടീസിന്റേയും പ്ലേറ്റോയുടേയും കാലം മുതൽ ഈ വാദം തുടർന്നുപോരുന്നു. സയൻസിന്റെ വളർച്ചയോടുകൂടി, പ്രത്യേകിച്ചും പതിനെട്ടാം നൂറ്റാണ്ടിൽ വോൾട്ടയറിന്റെ ആവിർഭാവത്തിനുശേഷം, യുക്തിബോധവും തർക്കശാസ്ത്രവുമാണ് വിജ്ഞാനത്തിന്റെ ഉറവിടമെന്ന സിദ്ധാന്തം പ്രാബല്യം നേടി.

രാമവർമ്മ തമ്പാൻ, സഹോദരൻ അയ്യപ്പൻ, എം.സി. ജോസഫ്, സി. കൃഷ്ണൻ, സി.വി. കുഞ്ഞുരാമൻ എന്നിവർ ചേർന്നാരംഭിച്ച 'യുക്തിവാദി' മാസികയുടെ പുറംചട്ടയിൽ ഒരു പ്രമാണമെന്ന നിലയ്ക്ക് ചേർത്തിരുന്ന ശ്ലോകം പഴയ തലമുറക്കാർക്ക് പരിചിതമാണ്.

യുക്തിയേന്തി മനുഷ്യന്റെ
ചിത്തശക്തി ഖനിച്ചതിൽ
ലഭിച്ചതല്ലാതില്ലൊന്നും
ലോകവിജ്ഞാനരാശിയിൽ

ഇതിലെ ആശയം ചിന്താലോകത്തിൽ അന്നു പ്രബലമായിരുന്നു. മനുഷ്യരാശിക്കു ക്ഷേമമരുളുന്ന പലതരം പരിവർത്തനങ്ങൾക്ക് അതു വഴി തെളിക്കുകയും ചെയ്തു. എങ്കിലും അത് പ്രാമാണികമായിരുന്നെന്ന് പറഞ്ഞുകൂടാ. വെളിപാടിൽ നിന്നുണ്ടായ ജ്ഞാനത്തിന്റെ പ്രാധാന്യത്തിനും ശക്തിക്കും അപ്പോഴും കുറവ് വന്നിരുന്നില്ല. വെളിപാടെന്നത് വികസിതമായ സഹജാവബോധത്തിൽ നിന്നുദയം ചെയ്യുന്ന ജ്ഞാനമാണ്. പരീക്ഷണവും നിരീക്ഷണവും പഠനവും മറ്റുമില്ലാതെ ശാസ്ത്രീയസത്യങ്ങൾ കണ്ടെത്തുന്നതിൽ ആ സിദ്ധിവിശേഷം വിജയിക്കുന്നു.

ഗുരുവിന്റെ ജീവിതത്തിൽ നിന്ന് രണ്ടു ദൃഷ്ടാന്തങ്ങളെടുത്ത് ഇക്കാര്യം വിശദമാക്കട്ടെ. രണ്ടും അദ്ദേഹം രചിച്ച കൃതികളാണ്. ആദ്യത്തേത് 'പിണ്ഡനന്ദി' എന്ന കൃതിയാണ്. ഒമ്പതു ശ്ലോകങ്ങളുള്ള ആ കൃതിയുടെ ആറാം ശ്ലോകം താഴെ ഉദ്ധരിക്കുന്നു:

രേതസ്സു തന്നെയിതു രക്തമൊടും കലർന്നു
നാദം തിരണ്ടുരുവതായ് നടുവിൽ കിടന്നേൻ
മാതാവുമില്ലവിടെയന്നു പിതാവുമില്ലേൻ
താതൻ വളർത്തിയവനാണിവനിന്നു ശംഭോ!

ശ്ലോകത്തിന് പ്രൊഫ.ജി. ബാലകൃഷ്ണൻ നായർ നല്കിയിരിക്കുന്ന അർഥം ഇപ്രകാരമാണ്.

"സൂക്ഷ്മമായ പിതൃബീജം തന്നെ മാതൃരക്തവുമായി ഇടകലർന്ന് ചൈതന്യത്തോടൊപ്പം ശബ്ദവും അംഗീകരിച്ച് ശിശുവിന്റെ രൂപം പൂണ്ട്

ബോധാനുഭവത്തിനും പ്രസവത്തിനും മധ്യത്തിൽ ഗർഭപാത്രത്തിൽ തങ്ങുകയുണ്ടായി. ആ ഘട്ടത്തിൽ അവിടെ രക്ഷയ്ക്കായി അമ്മയുമില്ല, അച്ഛനുമില്ല. മംഗളസ്വരൂപനായ ഭഗവൻ, ഈ നിലയിൽ എന്റെ പിതാവായ അവിടുന്നു തന്നെയാണ് എന്നെ വളർത്തിക്കൊണ്ടുവന്നത്."

ഇതിൽ, ചൈതന്യത്തെക്കുറിച്ചുള്ള പരാമർശം തത്കാലത്തേക്ക് രണ്ടാമതു ശ്രദ്ധിച്ചാൽ മതി. ആദ്യമായി ശ്രദ്ധിക്കേണ്ടത്, രേതസ്സും രക്തവും കലർന്ന് ശിശുവിന്റെ രൂപം പൂണ്ട് (ഉരുവതായ്) വളരുന്നു എന്ന പ്രസ്താവമാണ്. അതൊരു ശാസ്ത്രീയസത്യമാണ്. പിണ്ഡത്തിന്റെ വളർച്ചയെക്കുറിച്ചുള്ള വിവരണത്തിലും ശാസ്ത്രത്തിനു നിരക്കുന്ന സത്യമാണുള്ളതെന്ന് ഗൈനക്കോളജിസ്റ്റുകൾ പറയുന്നു.[1] ശാസ്ത്രജ്ഞാനമുള്ളവർ തന്നെ അക്കാര്യം വ്യക്തമാക്കിയിട്ടുണ്ട്.

രണ്ടാമത്തെ ദൃഷ്ടാന്തം പ്രപഞ്ചോത്പത്തിയെ സംബന്ധിക്കുന്നതാണ്. 'ദർശനമാലാ' എന്ന ദാർശനിക ഗ്രന്ഥത്തിൽ ഉത്പത്തിയെപ്പറ്റി പ്രതിപാദിക്കുന്ന തത്ത്വം തന്നെയാണ് ആധുനികശാസ്ത്രം വെളിപ്പെടുത്തുന്ന സിദ്ധാന്തമെന്ന് പ്രൊഫ.കെ.ജി. ശശിധരൻ വ്യക്തമാക്കിയിരിക്കുന്നു. (ഊർജ്ജതന്ത്രത്തിലെ അതികായരായ ശാസ്ത്രജ്ഞരുടെ നിഗമനങ്ങളുടെ പിൻബലത്തോടുകൂടി.)[2]

ഇതിൽനിന്നു മനസ്സിലാക്കേണ്ടതെന്താണ്? ധ്യാനമനനങ്ങളിൽക്കൂടി വികസിതമാകുന്ന സഹജാവബോധത്തിന് പ്രകൃതിരഹസ്യങ്ങൾ കണ്ടെത്താൻകൂടി കഴിയുമെന്നാണ്. അതോടൊപ്പം അങ്ങനെ കണ്ടെത്തുന്നവർ ജീവിതത്തിന്റെ അകവും പുറവുമൊരുപോലെ ദർശിക്കയും ചെയ്യുന്നു. ആ ദർശനത്തിൽ ലൗകികമെന്നും ആത്മീയമെന്നും ഉള്ള വേർതിരിവില്ല. വൈരുധ്യങ്ങൾ അവിടെ ഏകവും അഖണ്ഡവുമായ സത്യത്തിന്റെ അവിഭാജ്യഘടകങ്ങളാണ്. തൊഴിലാളിയുടെ അവകാശങ്ങൾക്കുവേണ്ടി പോരാടുന്നതും ആശ്രമത്തിലോ ദേവാലയത്തിലോ ഇരുന്ന് ഏകാന്തധ്യാനത്തിൽ ലയിക്കുന്നതും തമ്മിൽ അവിടെ വ്യത്യാസമൊന്നുമില്ല.

ആ അഖണ്ഡബോധത്തെയാണ് ദൈവാനുഭൂതി, യോഗാനുഭൂതി, മിസ്റ്റിക് അനുഭൂതി എന്നും മറ്റും പറയുന്നത്. അതു സിദ്ധിച്ചവർ മാത്രമേ അതെന്തെന്നറിയുന്നുള്ളൂ. ആ അറിവ് വാക്കുകളിലൂടെ വെളിപ്പെടുത്തുക അസാധ്യമാണ്. 'ദൈവദശകം' എന്ന പ്രാർഥനയുടെ മൂലകന്ദം ആ അറിവാകുന്നു.

ആസ്തിക്യബോധത്തിന്റെ ഏകാന്താദ്വയശാന്തിഭൂവിൽനിന്ന് ഉരുവംകൊണ്ട പ്രാർഥനയാണ് ദൈവദശകം. അതിൽ വിവേകം തുളുമ്പിനിൽക്കുന്നു.

1. ബാംഗ്ലൂരിലെ സുപ്രസിദ്ധ ഗൈനക്കോളജിസ്റ്റായ ഡോക്ടർ കമലാ ഉണ്ണിക്കൃഷ്ണൻ 'പിറവി' മാസികയിൽ 'പിണ്ഡനന്ദി' എന്ന കൃതിയെക്കുറിച്ചെഴുതിയ പ്രബന്ധത്തിൽ ഇക്കാര്യം ഭംഗിയായി വിശദീകരിക്കുന്നു.

2. 'അദ്വൈതത്തെ ശാസ്ത്രമാക്കിയ മഹർഷി' എന്ന് മലയാളത്തിലും Sree Narayana Gurudev, The Maharshi who Made Advaita a Science എന്ന് ഇംഗ്ലീഷിലും രണ്ടു ഗ്രന്ഥങ്ങൾ പ്രൊഫ.കെ.ജി. ശശിധരൻ പ്രസിദ്ധീകരിച്ചിട്ടുണ്ട്.

ദൈവദശകവും
വ്യാഖ്യാനവും

ദൈവദശകം

ദൈവമേ! കാത്തുകൊൾകങ്ങു
കൈവിടാതിങ്ങു ഞങ്ങളെ'
നാവികൻ നീ ഭവാബ്ധിക്കൊ-
രാവിവൻതോണി നിൻപദം.

ഒന്നൊന്നായെണ്ണിയെണ്ണിത്തൊ-
ട്ടെണ്ണും പൊരുളൊടുങ്ങിയാൽ
നിന്നിടും ദൃക്കുപോലുള്ളം
നിന്നിലസ്പന്ദമാകണം.

അന്നവസ്ത്രാദി മുട്ടാതെ
തന്നുരക്ഷിച്ചു ഞങ്ങളെ
ധന്യരാക്കുന്ന നീയൊന്നു-
തന്നെ ഞങ്ങൾക്കു തമ്പുരാൻ.

ആഴിയും തിരയും കാറ്റു-
മാഴവും പോലെ ഞങ്ങളും
മായയും നിൻമഹിമയും
നീയുമെന്നുള്ളിലാകണം.

നീയല്ലോ സൃഷ്ടിയും സ്രഷ്ടാ-
വായതും സൃഷ്ടിജാലവും
നീയല്ലോ ദൈവമേ! സൃഷ്ടി-
ക്കുള്ള സാമഗ്രിയായതും.

നീയല്ലോ മായയും മായാ-
വിയും മായാവിനോദനും
നീയല്ലോ മായയേ നീക്കി-
സ്സായുജ്യം നൽകുമാര്യനും.

35

ദൈവദശകം

നീ സത്യം ജ്ഞാനമാനന്ദം
നീ തന്നെ വർത്തമാനവും
ഭൂതവും ഭാവിയും വേറ-
ല്ലോതും മൊഴിയുമോർക്കിൽ നീ.

അകവും പുറവും തിങ്ങും
മഹിമാവാർന്ന നിൻപദം
പുകഴ്ത്തുന്നു ഞങ്ങളങ്ങു
ഭഗവാനേ! ജയിക്കുക.

ജയിക്കുക മഹാദേവ!
ദീനാവന പരായണ!
ജയിക്കുക ചിദാനന്ദ!
ദയാസിന്ധോ! ജയിക്കുക.

ആഴമേറും നിൻമഹസ്സാ-
മാഴിയിൽ ഞങ്ങളാകവേ
ആഴണം വാഴണം നിത്യം
വാഴണം വാഴണം സുഖം.

ദുഃഖാബ്ധിയിൽനിന്ന്
ആനന്ദാബ്ധിയിലേക്ക്

അനുഭവത്തിന്റെ പൂർണതയാണ് ദൈവാനുഭവം. ആ അനുഭവത്തിൽ സത്യം എന്നത് അഖണ്ഡതയാകുന്നു. ആത്മീയവും ലൗകികവുമെന്ന വേർതിരിവിന് അവിടെ സ്ഥാനമില്ല. ദേശങ്ങളെയും വംശങ്ങളെയും വേർതിരിക്കുന്ന അതിർത്തി രേഖകൾ അവിടെ അപ്രത്യക്ഷമാകുന്നു.

ദൈവാനുഭവസിദ്ധിയാൽ അനുഗൃഹീതനായ ശ്രീനാരായണ ഗുരുദേവൻ സമസൃഷ്ടങ്ങളുടെ നേർക്കുള്ള സീമാതീതമായ പ്രേമത്താൽ പ്രേരിതനായി രചിച്ച പ്രാർഥനയാണ് ദൈവദശകം.

ക്ഷുദ്രങ്ങളായ വ്യാമോഹങ്ങളിലകപ്പെട്ട് ക്ഷണികങ്ങളായ നേട്ടങ്ങൾക്ക് പിന്നാലെ മനുഷ്യർ പരക്കം പാഞ്ഞുകൊണ്ടിരിക്കുന്നു. ജീവിതത്തിന്റെ അർഥമെന്തെന്നോ ലക്ഷ്യമെന്തെന്നോ അവർ അന്വേഷിക്കുന്നില്ല. അതേക്കുറിച്ച് അവർ അറിയുന്നേയില്ല. അവരെയാകെ സഹതാപമസൃണമായ പ്രേമത്തിലൂടെ ദൈവമാർഗത്തിലേക്ക് നയിക്കുന്നതിനാണ് ഗുരുദേവൻ ദൈവദശകം രചിച്ച് ലോകത്തിന് സമർപ്പിച്ചത്.

സത്യത്തിന്റെ വിശുദ്ധിയിൽ നിന്നുളവാകുന്ന സുഖത്തിൽ നിന്നും അകന്നുപോകുന്ന മനുഷ്യർക്ക് ദൈവദശകം സത്യത്തെ സംബന്ധിക്കുന്ന അറിവ് പ്രദാനം ചെയ്യുന്നു. സത്യത്തെ ഉപാസിക്കാനുള്ള പ്രചോദനവും അത് ഉൾക്കൊള്ളുന്നു.

ഏകാന്തവേളയിൽ പരിശുദ്ധമായ മനസ്സോടുകൂടി ദൈവദശകം ആലപിക്കുമ്പോൾ ഏതൊരാളും ദൈവമാർഗത്തിൽ കാലൂന്നാൻ തുടങ്ങുന്നു. താൻ മനുഷ്യരാശിയുടെ ഭാഗമാണെന്ന തിരിച്ചറിവിലേക്ക് ഉണരുകയും ചെയ്യുന്നു. അതോടെ, മനുഷ്യജന്മത്തിന്റെ വിശുദ്ധിയെക്കുറിച്ചുള്ള ബോധം മനസ്സിൽ തെളിയുന്നു. സുഖത്തിലേക്ക് നയിക്കുന്ന സത്യമായ മാർഗമെന്തെന്ന് അപ്പോൾ വെളിപ്പെടുകയും ചെയ്യുന്നു.

ദൈവമേ കാത്തുകൊൾകങ്ങു
കൈവിടാതിങ്ങു ഞങ്ങളെ;
നാവികൻ നീ ഭവാബ്ധിക്കൊ-
രാവിവൻ തോണി നിൻ പദം.

ദൈവമേ! എന്ന സംബോധനയോടു കൂടിയാണ് പ്രാർഥന ആരംഭിക്കുന്നത്. ദുരിതവും ആപത്തും മറ്റുമുണ്ടാകുമ്പോൾ 'എന്റെ ദൈവമേ' എന്നാണല്ലോ നാം വിളിക്കാറുള്ളത്. ദൈവമാണ് നമുക്ക് എപ്പോഴും ആശ്രയം. ഒരേയൊരു ആശ്രയം.

(സകലാശ്രയമായി രാത്രിയും പകലും നിന്നെരിയും പ്രദീപമേ! എന്നാണ് കുമാരനാശാൻ ഒരു പ്രാർഥന തുടങ്ങുന്നത്.)

ദൈവശബ്ദത്തിൽ പ്രകാശമരുളുന്ന ദ്യുതി എന്നും ദ്യോവ് എന്നുമുള്ള അർഥം നിലീനമായിരിക്കുന്നു. പ്രകാശം എന്നത് ജ്ഞാനത്തിന്റെ പ്രകാശമാകുന്നു. സർവജ്ഞനും സർവവ്യാപിയുമാണ് ദൈവം എന്ന ആശയം അതിൽ സൂചിതമാകുന്നു. കാത്തുകൊൾകങ്ങു ഞങ്ങളെ – ഞങ്ങളെ എപ്പോഴും കാത്തുകൊള്ളണേ. (സംരക്ഷിച്ചുകൊള്ളണേ) കാത്തുകൊള്ളുക എന്ന ലളിതമായ പ്രയോഗം കാവ്യാത്മകമാണ്. കാത്തുകൊള്ളുക എന്ന പ്രാർഥനയിൽ രണ്ട് ആശയങ്ങൾ അടങ്ങുന്നു. ആപത്തുകളിലും ദുഃഖങ്ങളിലും അകപ്പെടാതെ കാത്തുകൊള്ളണേ എന്നതാണ് പെട്ടെന്നുദിക്കുന്ന ആശയം ഞങ്ങളിൽ കുടികൊള്ളുന്ന ദുർവാസനകൾക്ക് വിധേയരായി പാപകർമങ്ങളിൽ അധഃപതിച്ചുപോകാതെ കാത്തുകൊള്ളണേ എന്ന ആശയമാണ് രണ്ടാമത്തേത്. അങ്ങനെ അധഃപതിക്കാതിരിക്കണമെങ്കിൽ ദൈവവിചാരം എപ്പോഴും മനസ്സിലുണ്ടായിരിക്കണം. അപ്പോൾ, ദൈവവിചാരത്തിൽ നിന്നു വ്യതിചലിച്ചു പോകാതെ ഞങ്ങളെ കാത്തുകൊള്ളണേ എന്ന അർഥവും അതിൽ നിന്ന് സിദ്ധിക്കുന്നു. ഞങ്ങളെ എന്നുമാത്രം പറയാതെ ഇങ്ങു ഞങ്ങളെ എന്നു പറഞ്ഞിരിക്കുന്നത് പതനത്തിന് (വീഴ്ചയ്ക്ക്) സാധ്യതയുള്ള ലോകത്തിലാണ് ഞങ്ങൾ കഴിഞ്ഞുകൂടുന്നതെന്ന് കാണിക്കാനാണ്. ലൗകിക ജീവിതത്തിൽ ആ സാധ്യത ഏറിനില്ക്കുന്നു. അതിനാൽ, ഏതു നിമിഷവും അധഃപതനത്തിലാണ്ടു പോകാവുന്ന ലൗകിക ജീവിതത്തിൽ ഞങ്ങളെ കാത്തുകൊള്ളണേ എന്ന് പ്രാർഥിച്ചുകൊണ്ടിരുന്നേ തീരൂ.

എന്നെ കാത്തുകൊള്ളണേ എന്നല്ല, ഞങ്ങളെ കാത്തുകൊള്ളണേ എന്നാണ് പ്രാർഥിക്കുന്നതെന്ന് ശ്രദ്ധിക്കണം. ഒരു വ്യക്തിക്കു മാത്രമായി ഈ ലോകത്തിൽ അസ്തിത്വമില്ല. മാനവരാശിയുമായി ഓരോ വ്യക്തിയും അഭേദ്യമാംവിധം ബന്ധപ്പെട്ടിരിക്കുന്നു. അതുകൊണ്ട് ഞങ്ങളെയെല്ലാവരേയും ഒരുമിച്ച് ഒരേപോലെ കാത്തുകൊള്ളണേ എന്ന് പ്രാർഥിച്ചേ തീരൂ. പത്താമത്തെ ശ്ലോകത്തിൽ സുഖപ്രാപ്തിയെപ്പറ്റി പറയുന്നിടത്തും ഇതേ ദർശനം പ്രകാശിതമാകുന്നു.

നാവികൻ – നൗകകൊണ്ട് – തോണികൊണ്ട് – തരണം ചെയ്യുന്നവൻ. ആവിവൻ തോണി എന്ന് നാലാമത്തെ വരിയിലുള്ളതിനാൽ നാവികൻ എന്ന പദത്തിന് കപ്പിത്താൻ എന്നർഥം കല്പിക്കാം. ആവിയുടെ ശക്തികൊണ്ട് ചലിക്കുന്ന വൻതോണിയാണല്ലോ കപ്പൽ.

യാത്രക്കാരെ തോണിയിൽ പ്രവേശിപ്പിച്ച് മറുകരയിൽ എത്തിക്കുക എന്ന ധർമ്മമാണ് നാവികൻ നിർവഹിക്കുന്നത്.

ഭവാബ്ധി = ഭവമാകുന്ന സമുദ്രം. ഭവം = സംസാരം (ജനനവും മരണവും). ജനനമരണരൂപമാകുന്ന സംസാര ജീവിതത്തിന്റെ മറുകരയിലെത്തിക്കുന്ന നാവികനാണ് ദൈവം. മറുകരയെന്നത് മോക്ഷമാണെന്ന് പ്രത്യേകം പറയേണ്ടതില്ല. മോക്ഷം എന്ന പരമപദത്തിലെത്തിക്കുന്നത് ദൈവമാണ്.

നിൻ പദം = നിന്റെ തൃപ്പാദമെന്നും, നിന്റെ തിരുനാമമെന്നും അർഥം പറയാം.

ദൈവമേ, സംസാര ജീവിതമാകുന്ന സാഗരത്തിൽ നീന്തിത്തുടിച്ചു വലയുന്ന ഞങ്ങളെ കൈവിടാതെ എപ്പോഴും കാത്തുകൊള്ളണമേ. (അങ്ങയുടെ കരാവലംബം മാത്രമാണ് ഞങ്ങളെ രക്ഷിക്കുന്നത്). സംസാര ജീവിതമാകുന്ന സമുദ്രം തരണം ചെയ്യുന്നതിന് ആശ്രയമായിട്ടുള്ള നാവികൻ അങ്ങാകുന്നു. സംസാര ജീവിതസമുദ്രം കടന്ന് പരമപദം (മോക്ഷം) പ്രാപിക്കുന്നതിന് ഞങ്ങളെ പ്രാപ്തരാക്കുന്നത് അങ്ങയുടെ തിരുനാമവും അങ്ങയുടെ തൃപ്പാദവുമാകുന്ന ആവിവൻതോണി (കപ്പൽ) മാത്രമാണ്. തിരുനാമം എന്നതിൽ ദൈവത്തെ വിളിച്ചു പ്രാർഥിക്കുന്നു എന്ന ആശയമടങ്ങിയിട്ടുള്ളത്. തൃപ്പാദങ്ങൾ എന്നതിൽ ദൈവപാദങ്ങളിൽ ആത്മാർപ്പണം ചെയ്യുക എന്ന ആശയവും. ദൈവമേ എന്ന് വിളിക്കുമ്പോൾ നാം ദൈവത്തെ ആശ്രയിക്കുക മാത്രമല്ല ചെയ്യുന്നത്, ദൈവത്തിന് നമ്മെ സമർപ്പിക്കുക കൂടി ചെയ്യുന്നുണ്ട്.

സംസാരജീവിതമാകുന്ന സമുദ്രം എന്ന് ഈ ഒന്നാം ശ്ലോകത്തിലുള്ള പ്രയോഗത്തിനു പകരം പത്താം ശ്ലോകത്തിൽ 'നിൻമഹസ്സാമാഴി' (നിന്റെ മഹസ്സാകുന്ന സമുദ്രം) എന്ന പ്രയോഗമാണുള്ളത്.

രണ്ട്

ഒന്നൊന്നായെണ്ണിയെണ്ണിത്തൊ-
ട്ടെണ്ണും പൊരുളൊടുങ്ങിയാൽ
നിന്നിടും ദൃക്കുപോലുള്ളം
നിന്നിലസ്പന്ദമാകണം.

ലളിതമെന്നു തോന്നുമെങ്കിലും ഗഹനമായ ആശയം ഉൾക്കൊള്ളുന്ന ശ്ലോകമാണിത്.

ഒന്നൊന്നായ് = ഒന്ന്, മറ്റൊന്ന് എന്നിങ്ങനെ

എണ്ണിയെണ്ണി = വീണ്ടും വീണ്ടും എണ്ണിനോക്കിയിട്ട് (പരിശോധിച്ച് നോക്കിയിട്ട്, ശ്രദ്ധിച്ചു നോക്കിയിട്ട്). 'എണ്ണുക എന്നതിന് ഇന്ദ്രിയങ്ങളിലൂടെ അറിയുക എന്നാണ് ഇവിടെ അർഥം. തൊട്ടെണ്ണും പൊരുൾ = തൊട്ടു തൊട്ട് (ഇന്ദ്രിയങ്ങളിലൂടെ ബാഹ്യലോകം അറിഞ്ഞറിഞ്ഞ് അതിന്റെയെല്ലാം പൊരുൾ എന്ന പദത്തിന് ഭാവമെന്നും സത്യം എന്നും അർഥം). ഒടുങ്ങിയാൽ = അവസാനിച്ചു കഴിഞ്ഞാൽ എന്നും, ഇല്ലാതായി കഴിഞ്ഞാൽ

എന്നും. നിന്നിടും ദൃക്കുപോൽ = ദൃക്ക് എപ്രകാരമാണോ, അപ്രകാരം. ദൃക്ക് എന്ന വാക്കിന് കണ്ണ് എന്നും അറിവ് എന്നും അർഥമുണ്ട്. ഉള്ളം = മനസ്സ് എന്നും ആത്മാവ് എന്നും അർഥം കല്പിക്കാം. നിന്നിൽ = അങ്ങയിൽ (ദൈവത്തിൽ). അസ്പന്ദമാകണം = സ്പന്ദമില്ലാത്ത (നിശ്ചലമായ) അവസ്ഥയിൽ എത്തിച്ചേരണം; അങ്ങയിൽ കേന്ദ്രീകരിച്ച് അചഞ്ചലമായി വർത്തിക്കണം.

വേദാന്തത്തിന്റെ ഭാഷയിൽ സ്പന്ദനം എന്നത് മായയുടെ ആവരണത്തിലുണ്ടാകുന്ന അവസ്ഥയാണ്. ആ അവസ്ഥയിൽ നിന്ന് അഥവാ മായയിൽ നിന്ന് മോചനം നേടി ആത്മാവ് അങ്ങയിൽ (ദൈവത്തിൽ) അചഞ്ചലമായി, ഏകാഗ്രമായി, സ്ഥിതിചെയ്യണം. 'ഒന്നൊന്നായി തൊട്ടെണ്ണുക' എന്ന വാക്കുകൾ ആദ്യമായി പരിശോധിക്കേണ്ടിയിരിക്കുന്നു. തൊട്ടെണ്ണുന്നത് എന്തിനെയാണ്? ദൃശ്യലോകത്തെയാണെന്നാണുത്തരം. ദൃശ്യലോകം എന്താണ്? പഞ്ചേന്ദ്രിയങ്ങളിലൂടെ അറിയുന്ന ലോകമാണത്. ശ്രോത്രം, ത്വക്, കണ്ണ്, നാവ്, മൂക്ക് എന്നിവയാണ് പഞ്ചേന്ദ്രിയങ്ങൾ. ശ്രോത്രേന്ദ്രിയം (കാത്) ശബ്ദത്തേയും ത്വഗിന്ദ്രിയം സ്പർശത്തേയും നേത്രേന്ദ്രിയം രൂപത്തേയും രസനേന്ദ്രിയം (നാവ്) രസത്തേയും ഘ്രാണേന്ദ്രിയം ഗന്ധത്തേയും അറിയുന്നു. ഇപ്രകാരം ശബ്ദസ്പർശരൂപരസഗന്ധങ്ങളിലൂടെ നാം അറിയുന്ന സർവത്തെയുമാണ് 'തൊട്ടെണ്ണുന്നത്'. അങ്ങനെ തൊട്ടെണ്ണിക്കഴിയുമ്പോൾ അവയ്ക്കെല്ലാം ആധാരമായ സത്യത്തിൽ നാം എത്തുന്നു. ഇന്ദ്രിയങ്ങളിലൂടെ അറിയുന്ന ലോകം നശ്വരമാണ് (നാശമുള്ളതാണ്). നശ്വരമായതെല്ലാം മായയാണ്. അവയ്ക്ക് പരമകാരണമായത് അനശ്വരമായ, ശാശ്വത സത്യമാണ്. ആ സത്യം ദൈവമാകുന്നു. നാം തൊട്ടെണ്ണുന്നതിന്റെയെല്ലാം പൊരുൾ (യഥാർഥ സ്ഥിതി, അഥവാ യഥാർഥമെന്നു തോന്നിക്കുന്ന സ്ഥിതി) ഒടുങ്ങിക്കഴിയുമ്പോൾ (മായയാണെന്നു മനസ്സിലാക്കി കഴിയുമ്പോൾ) ദൃക്ക് (പഞ്ചേന്ദ്രിയങ്ങളുടെ സംഘാതമായ മനസ്സ്) സർവത്തിനും പരമകാരണവും സനാതനവുമായ സത്യത്തിൽ (സച്ചിദാനന്ദസ്വരൂപമായ സത്യത്തിൽ) ഏകാഗ്രമായി വർത്തിക്കുന്നു (ദൃക്ക് എന്ന പ്രയോഗത്തിന് ബ്രഹ്മം എന്നർഥവും ശങ്കരാചാര്യർ നല്കുന്നു). അതുപോലെ, അല്ലയോ ദൈവമേ ഞങ്ങളുടെ മനസ്സ് അങ്ങയിൽ ലയിച്ച് സ്ഥിരമായിരിക്കാൻ അനുഗ്രഹിച്ചാലും.

ഇന്ദ്രിയവേദ്യമായ ലോകം അനേകങ്ങളായി, വിഭിന്നങ്ങളായി കാണപ്പെടുന്നു. അപ്രകാരം കാണപ്പെടുന്നവയെ ഒന്നൊന്നായി തൊട്ടെണ്ണിക്കഴിയുമ്പോൾ അവയെല്ലാം നശ്വരമാണെന്നും അതിനാൽ മായയാണെന്നും വെളിപ്പെടുന്നു. അവയെല്ലാമാണ് സത്യമെന്ന തോന്നൽ അതോടെ അവസാനിക്കുന്നു. (അഥവാ ഇല്ലാതാകുന്നു.) അപ്പോൾ സർവത്തിനും പരമകാരണമായ സത്യത്തിൽ, സനാതനവും സച്ചിദാനന്ദസ്വരൂപവുമായ സത്യത്തിൽ മനസ്സ് ഉറയ്ക്കുന്നു. അതുപോലെ ഞങ്ങളുടെ ബോധം അങ്ങയിൽ (ദൈവത്തിൽ) എപ്പോഴും കേന്ദ്രീകൃതമായി നിലകൊള്ളണം.

ദൈവദശകം

നിത്യജീവിതത്തിലേക്ക് പകർത്തിയാൽ, ദൈവവിചാരം സദാസമയവും നമ്മിൽ ആധിപത്യം ചെലുത്തി കർമങ്ങളെയാകെ നിയന്ത്രിച്ചുകൊണ്ടിരിക്കാൻ ഞങ്ങളെ അനുഗ്രഹിക്കണമെന്ന പ്രാർഥനയാണ് ഈ ശ്ലോകത്തിൽ കേന്ദ്രവർത്തിയായി നിലകൊള്ളുന്നത്.

അദ്വൈതവിചാര പദ്ധതിയുടെ ബാലപാഠമറിഞ്ഞു കഴിഞ്ഞാൽ ഈ പ്രാർഥന കൂടുതൽ വിശദമാകും. ഗുരുദേവൻ രചിച്ച 'അദ്വൈത ദീപിക' എന്ന കവിതയിലെ രണ്ടാം ശ്ലോകം താഴെ ഉദ്ധരിക്കുന്നു.

നേരല്ല ദൃശ്യമിത് ദൃക്കിനെ നീക്കിനോക്കിൽ
വേറല്ല വിശ്വമറിവാം മരുവിൻ പ്രവാഹം
കാര്യത്തിൽ നില്പതിഹ കാരണസത്തയെന്യേ
വേറല്ല, വീചിയിലിരിപ്പതു വാരിയത്രേ.

(കാണപ്പെടുന്ന - ഇന്ദ്രിയങ്ങളിലൂടെ പ്രത്യക്ഷമായികാണുന്ന കാഴ്ചയൊന്നും നേരല്ല. ദൃക്കിനെ മാറ്റിനിർത്തിയാൽ ദൃശ്യം (കാണപ്പെടുന്നത്) ഇല്ലാതാകുന്നു. പുറമേ കാണുന്ന ലോകത്തിന് അതിന്റെ കാരണമായ സത്തിൽ നിന്നും വേറിട്ടാൽ നിലനില്പില്ല. മരുഭൂമിയിൽ കാനൽജലം പോലെ ദൈവത്തിൽ ലോകം പ്രതിഭാസിക്കുന്നുവെന്നേയുള്ളൂ. ദൈവം അറിവാകുന്നു. അറിവിലാണ് ദൃശ്യലോകം കാനൽജലംപോലെ പ്രതിഭാസിക്കുന്നത്. കാരണസത്തയല്ലാതെ മറ്റൊന്നും കാര്യത്തിലില്ല. കാരണം ദൈവവും കാര്യം ദൃശ്യലോകവുമാകുന്നു. വെള്ളത്തിൽ നിന്നാണ് തിരകളുയരുന്നത്. തിരകളിലുള്ളത് വെള്ളമല്ലാതെ മറ്റൊന്നുമല്ല. വെള്ളമാണ് സത്യം. പുറമേ കാണപ്പെടുന്നതുമാത്രമാണു തിരകൾ).

ബാഹ്യലോകത്തെ നാം കാണുന്നതു പഞ്ചേന്ദ്രിയങ്ങളിൽക്കൂടിയാണ്. പഞ്ചേന്ദ്രിയവേദ്യമായ ആ ലോകം പരമകാരണമായ ദൈവത്തിന്റെ, അഥവാ അറിവിന്റെ സ്ഫുരണം മാത്രമാണ്. ദൈവം ഇന്ദ്രിയ വേദ്യമല്ല. ദൈവം അറിവാണ്. അറിവാണ് സ്ഥൂലപ്രപഞ്ചത്തിനെല്ലാം കാരണമായിട്ടുള്ളത്. കാരണമില്ലാതെ കാര്യമില്ലല്ലോ. സനാതനമായത് ദൈവം അഥവാ അറിവ്. നശ്വരമായത് ബാഹ്യലോകം. നശ്വരമായതുകൊണ്ട് ബാഹ്യലോകം മായയാണ്. എങ്കിലും, അതു സനാതനസത്യത്തിന്റെ അവിഭാജ്യമായ അംശവുമാണ്.

മൂന്ന്

അന്നവസ്ത്രാദി മുട്ടാതെ
തന്നു രക്ഷിച്ചു ഞങ്ങളെ
ധന്യരാക്കുന്നു നീയൊന്നു
തന്നെ ഞങ്ങൾക്കു തമ്പുരാൻ

അന്നവസ്ത്രാദി = അന്നം, വസ്ത്രം മുതലായവ.

അന്നം = ഭക്ഷണം (അന്നം ബ്രഹ്മമാണെന്ന് വേദാന്തത്തിൽ കാണുന്നു. അന്നം പ്രാണനാണെന്നും)

മുട്ടാതെ = മുട്ടുണ്ടാകാതെ, മുടക്കുണ്ടാകാതെ (ഒട്ടും മുട്ടുണ്ടാകാത്ത രീതിയിൽ അമ്മയായ ഭൂമി നമുക്കെല്ലാവർക്കും അന്നം നല്കിക്കൊണ്ടിരിക്കുന്നു.) തന്നു രക്ഷിച്ചു ഞങ്ങളെ = ജീവൻ നിലനില്ക്കുന്നതിന് എന്തെല്ലാമാണോ ആവശ്യമായിട്ടുള്ളത് അതൊക്കെയും തന്ന് ഞങ്ങളെ അങ്ങ് രക്ഷിക്കുന്നു.

ധന്യരാക്കുന്ന = കൃതകൃത്യരാക്കിത്തീർക്കുന്ന. വാസ്തവത്തിൽ ഈ ലോകം മുഴുവൻ നമുക്കു ധനമാകുന്നു. അത് നല്കുന്നത് ദൈവമാണ്. അപ്പോൾ ധനം, വാസ്തവത്തിൽ ദൈവത്തിന്റേതാണെന്നു വരുന്നു.

ഈശൻ ജഗത്തിലെല്ലാമാ-
വസിക്കുന്നതുകൊണ്ടു നീ
ചരിക്കമുക്തനായാശി-
ക്കരുതാരുടെയും ധനം

എന്നു ഗുരുദേവൻ പരിഭാഷപ്പെടുത്തിയിരിക്കുന്ന ഈശാവാസ്യോപനിഷത്തിലെ ശ്ലോകം ഇവിടെ ഓർമ വരുന്നു. ഭൂമിയിലെ ധനം കൈയടക്കാൻ തുനിയുമ്പോൾ, എല്ലാവർക്കുമവകാശപ്പെട്ട ദൈവത്തിന്റെ ധനമാണ് മനുഷ്യൻ കവരുന്നത്. (അതു പാപമാണ്.)

നീ ഒന്നുതന്നെ = അവിടുന്നൊരുവൻ തന്നെ. (ഒന്നു തന്നെയെന്ന പ്രയോഗത്തിൽ ഗുരുദേവന്റെ "ഒരു ദൈവം' എന്ന തത്ത്വവും അടങ്ങിയിരിക്കുന്നു.) ദൈവമല്ലാതെ മറ്റൊരാശ്രയവും ഞങ്ങൾക്കില്ല.

ഞങ്ങൾക്ക് = സോദരത്വേന വാഴുന്ന ഞങ്ങൾക്ക്. മനുഷ്യരേവരും സോദരരാണ്.

തമ്പുരാൻ = നാഥനായിട്ടുള്ളവൻ (തമ്പുരാൻ എന്ന വാക്കിന്റെ അവയവാർഥം, തനിക്കുതാൻ തന്നെ നാഥനായിട്ടുള്ളവൻ എന്നാണ്). പഞ്ചഭൂതങ്ങളുടെ സംഘാതമായ മനുഷ്യന് അന്നവും വസ്ത്രവും അനുപേക്ഷണീയമാണ്. (അന്നം എന്ന പദത്തിന് അതിന്റെ വിശാലമായ അർഥം കല്പിക്കണം). അന്നവും വസ്ത്രവുമില്ലാതെ ജീവിതം തുടരുക സാധ്യമമല്ല. അവ ലഭിക്കുന്നതിന് പഞ്ചഭൂതാത്മകമായ പ്രകൃതിയെ ആശ്രയിക്കുന്നു. അങ്ങനെ പദാർഥ പ്രപഞ്ചത്തിലെ സർവവും പരസ്പരം ബന്ധപ്പെട്ടിരിക്കുന്നു.

അതുപോലെതന്നെ പരമകാരണമായ ദൈവചൈതന്യവും കാര്യരൂപമായ ഭൗതികലോകവും പരസ്പരം ബന്ധപ്പെട്ടിരിക്കുന്നു. സർവവും ഒന്നാകുന്നു എന്നു സാരം.

(തൈത്തീരിയോപനിഷത്തിൽ ഒരു ഭാഗം ഇവിടെ ഉദ്ധരിക്കുന്നു. "അന്നത്തെ ഒരിക്കലും നിന്ദിക്കരുത്. അതൊരു വ്രതമാകട്ടെ. പ്രാണൻ അന്നമാകുന്നു. ശരീരം അന്നത്തെ ആഹരിക്കുന്നു. ശരീരം പ്രാണനിലും പ്രാണൻ ശരീരത്തിലും പ്രതിഷ്ഠിക്കപ്പെട്ടിരിക്കുന്നു." സമാനമായ ആശയങ്ങൾ മറ്റ് ഉപനിഷത്തുകളിലും കാണാം.)

ദൈവമേ, അങ്ങ് എപ്പോഴും ഞങ്ങളെ കൈവിടാതെ കാത്തുകൊള്ളണേ എന്ന പ്രാർഥനയാണ് ഒന്നാംശ്ലോകത്തിലുള്ളതെന്ന് ഓർമിക്കുക.

സംസാരജീവിതമാകുന്ന സമുദ്രം തരണം ചെയ്യുന്നതിനുള്ള ഒരേയൊരു ആശ്രയം അതിലടങ്ങിയിരിക്കുന്നു. രണ്ടാം ശ്ലോകത്തിൽ, സർവത്തിനും കാരണഭൂതനായി, സനാതനമായി നിലകൊള്ളുന്നതു ദൈവമാണെന്ന തത്ത്വത്തിന്റെ സൂക്ഷ്മഗഹനതയാണനുഭവപ്പെടുന്നത്. അതിനാൽ ദൈവത്തിൽ മനസ്സ് അസ്പന്ദമായി, വിട്ടുമാറാതെ സദാസമയവും ഉറച്ചു നില്ക്കണമെന്നു പ്രാർഥിക്കുന്നു.

ഈ മൂന്നാം ശ്ലോകത്തിൽ, പരമകാരണമായ ദൈവചൈതന്യവും കാര്യരൂപമായ ഭൗതികലോകവും പരസ്പരം ബന്ധപ്പെട്ടിരിക്കുന്നു എന്ന തത്ത്വമാണ് പ്രതിപാദിതമായിരിക്കുന്നത്. ദൈവികമെന്നും ലൗകികമെന്നുമുള്ള വേർതിരിവിന് സ്ഥാനമില്ലാതാകുന്നു.

അന്നം വസ്ത്രം ആദിയായവ ഒരു മുട്ടുമുണ്ടാകാതെ നല്കി ഞങ്ങളെ രക്ഷിക്കുകയും ധന്യരാക്കുകയും ചെയ്യുന്ന ദൈവമേ, ഭഗവാൻ മാത്രമാണ് ഞങ്ങൾക്കു തമ്പുരാനായിട്ടുള്ളത്.

നാല്

ആഴിയും തിരയും കാറ്റു-
മാഴവും പോലെ ഞങ്ങളും
മായയും നിൻമഹിമയും
നീയുമെന്നുള്ളിലാകണം.

നാനാരൂപങ്ങളിലായി കാണപ്പെടുന്നതൊക്കെയും അഭേദ്യമാംവിധം പരസ്പരം ബന്ധപ്പെട്ടിരിക്കുന്നുവെന്നും അതിനാൽ ലോകത്തിന്റെ സ്വഭാവം അഖണ്ഡമായ ഏകത്വമാണെന്നും ഈ ശ്ലോകത്തിൽ സ്ഥാപിക്കുന്നു. വീണ്ടും കടൽ എന്ന കല്പനയാണ് ആശയപ്രകാശനത്തിന് ഉപാധിയാകുന്നത്. ഒരു കല്പനയെന്ന നിലയിൽ ആഴി ഇവിടെ വ്യത്യസ്തമായ ഒരു പ്രതീതി ജനിപ്പിക്കുന്നു.

ആഴി = കടൽ

ഞങ്ങൾ ആഴിയാകുന്നു. മായ ആഴിയിലെ തിരകളാകുന്നു. സദാസമയവും വീശുന്ന കാറ്റ് ദൈവമഹിമയാകുന്നു. ആഴിയുടെ അളവില്ലാത്ത ആഴം ദൈവമാകുന്നു. ഈ രീതിയിലാണ് കല്പനകൾ വിന്യസിച്ചിരിക്കുന്നത്.

ആഴിയും തിരയും കാറ്റും ഇന്ദ്രിയവേദ്യമാണ്. (ഇന്ദ്രിയങ്ങളിലൂടെ അറിയാൻ കഴിയുന്നതാണ്). എന്നാൽ ആഴം ഇന്ദ്രിയഗോചരമല്ല. അദൃശ്യമായ ആഴമാണ് ദൈവം. (നീ = ദൈവം). ജ്ഞാനേന്ദ്രിയങ്ങളെ അന്തർമുഖമാക്കിയാൽ മാത്രമേ ദൈവത്തെ അറിയാനാവുകയുള്ളൂ.

വേദാന്തികൾ മായയെ അനിർവചനീയം എന്നാണ് വ്യപദേശിക്കുന്നത്.

മായാശബളിതമായ ബ്രഹ്മം എന്ന് അവർ ദൈവത്തെ വിവരിക്കുന്നു. മായ ആവിർഭവിക്കുന്നതു ദൈവത്തിൽ നിന്നാണ്. ഒന്നുകൂടി വിശദമാക്കിയാൽ,

മായ ആവിർഭവിക്കുന്നതു മായയ്ക്കധിഷ്ഠാനമായ ബ്രഹ്മത്തിൽ നിന്നാണ്, മായ തിരോഭവിക്കുന്നതും ബ്രഹ്മത്തിൽ തന്നെയാണ്. അതിനാൽ മായയും ബ്രഹ്മവും രണ്ടല്ല. ഒന്നാണ്. മായാശബളിതമായ ബ്രഹ്മം എന്നും വേദാന്തികൾ ദൈവത്തെ വിവരിക്കുന്നുണ്ട്.

നാനാവിധമായി കാണപ്പെടുന്നതൊക്കെയും വേർതിരിക്കാനാവാത്ത രീതിയിൽ പരസ്പരം ബന്ധപ്പെട്ടിരിക്കുന്നു. അപ്പോൾ ഏകത്വമാണ് ലോകത്തിന്റെ സ്വഭാവം. ഈ ശ്ലോകത്തിലെ കല്പന (ആഴി എന്ന കല്പന) സ്ഥിരീകരിക്കുന്ന ദർശനം ഇതാണ്. യുക്ത്യതീതമായ വിചാരമേഖലയിലാണ് ഈ തത്ത്വം നിലകൊള്ളുന്നത്.

ഇനി ഈ ശ്ലോകത്തിലെ സാദൃശ്യകല്പനയുടെ സ്വഭാവമെന്തെന്നു കൂടി നോക്കാം. അതു ക്രമീകരിച്ചിരിക്കുന്നതെങ്ങനെയാണെന്ന് താഴെ കുറിക്കുന്നു.

ആഴി – ഞങ്ങൾ

തിര – മായ

കാറ്റ് – നിൻ മഹിമ (ദൈവമഹിമ)

ആഴം – നീ (ദൈവം)

ഒന്നാം ശ്ലോകത്തിൽ 'ഭവാബ്ധി' എന്ന പ്രയോഗമാണുള്ളതെന്ന് ഓർമിക്കുമല്ലോ. (സംസാര ജീവിതമാകുന്ന സമുദ്രം എന്നർഥം). എന്നാൽ, ഈ നാലാംശ്ലോകത്തിൽ, ആഴി എന്ന പ്രയോഗം മനുഷ്യരാശിയേയും ജീവജാലങ്ങളേയും പ്രതിനിധാനം ചെയ്യുന്നു. 'സംസാരജീവിതമാകുന്ന സമുദ്രം' എന്ന ആശയത്തിനപ്പുറത്തേക്ക് ഇതിലെ പ്രതീതി വ്യാപിക്കുന്നു. ജീവലോകം മുഴുവൻ ഈ കല്പനയിലൊതുങ്ങുന്നു. ദൈവത്തിന്റെ സാന്നിധ്യം അഭിവ്യഞ്ജിപ്പിക്കുന്നു എന്ന സവിശേഷതയും അതിനുണ്ട്.

ആഴിയിൽ എപ്പോഴും തിരകൾ പ്രകടമാകുന്നു. ചലിക്കുകയും തിരോഭവിക്കുകയും ചെയ്യുന്ന തിരകൾ, ചലനത്തിന്റെ സ്വഭാവത്തിനു വ്യത്യാസമുണ്ടെന്നേയുള്ളൂ. ചലനം സ്ഥിരമാണ്. തിരകൾ ഉദ്ഭവിക്കുന്നത് ആഴിയിൽ നിന്നാണ്. ക്ഷണനേരത്തിനുശേഷം അവ ആഴിയിൽ തന്നെ വിലയം പ്രാപിക്കുകയും ചെയ്യുന്നു. ഇതുപോലെയാണ് ലോകജീവിതത്തിന് ദൈവവുമായുള്ള (ബ്രഹ്മവുമായുള്ള) ബന്ധം. ജീവലോകത്തിലെ വിഭിന്നതകൾ, ചലനങ്ങൾ, മാത്സര്യങ്ങൾ, കലഹങ്ങൾ – സർവവും തിരകൾപോലെ താത്കാലികം. ദൈവം എന്ന പരമസത്യത്തിൽ ദൈവത്തിന്റെ ഒരംശമായ മായ ഉളവാക്കുന്ന ക്ഷണിക ദൃശ്യങ്ങളാണ് അവയൊക്കെയും.

കല്പനയുടെ ഭാഗമായ കാറ്റിനോടാണ് ദൈവമഹിമയെ ഉപമിച്ചിരിക്കുന്നത്. കാറ്റ് തിരകൾക്ക് രൂപം നല്കുകയും അവയെ ചലിപ്പിക്കുകയും ചെയ്യുന്നു. കാറ്റ് കാരണവും തിരകൾ കാര്യവുമാണ്. അതുപോലെ ലോകത്തിൽ ദൃശ്യമാകുന്ന നാനാവിധമായ ചലനങ്ങൾക്കു കാരണമായി കാറ്റ് വർത്തിക്കുന്നു. അഥവാ ജീവലോകത്തിലെ ക്ഷണികമായ ചലനങ്ങൾക്കു

പിന്നിൽ ദൈവമഹിമയാകുന്ന കാറ്റാണുള്ളത്. അതറിഞ്ഞുകൊണ്ട് ദൈവത്തെ ഭജിക്കുന്നവരിൽ നിന്ന് സത്കർമങ്ങളേ ഉണ്ടാകൂ.

മാറ്റത്തേയും കാറ്റ് പ്രതിനിധാനം ചെയ്യുന്നു. മാറ്റം ദൃശ്യലോകത്തിന്റെ സ്വഭാവമാകുന്നു. ദൈവമഹിമയുടെ അംശമായ മായ എപ്പോഴും മാറ്റത്തിന്റെ ക്ഷണികതയിലൂടെ ആവിഷ്കൃതമായിക്കൊണ്ടിരിക്കുന്നു. അതേ സമയം, ദൈവമഹിമ സനാതനവുമാണ്.

ദൈവമഹിമയെക്കുറിച്ചുള്ള ബോധമാണ് ലോകസേവനേച്ഛയുടെ ഉറവിടം. ആ ബോധത്തിൽ നിന്നാണ് കുമാരനാശാന്റെ ഈ പ്രാർഥന രൂപം പ്രാപിച്ചത്.

> ഗുണമെന്നിയൊരാൾക്കുമെന്നിൽ നി-
> ന്നണയായ്‌വാൻ തരമാകണം വിഭോ!
> അണുജീവിയിലും സഹോദര-
> പ്രണയം ത്വൽകൃപയാലെ തോന്നണം.

ചലനത്തിലൂടെ പരിവർത്തനം സൃഷ്ടിക്കുന്ന മനുഷ്യകർമങ്ങളെയും കാറ്റ് സൂചിപ്പിക്കുന്നില്ലേ? ഉണ്ടെന്നു പറയണം. പൊതുജീവിതത്തിൽ ആദർശോന്മുഖമായ പരിവർത്തനം സൃഷ്ടിച്ചുകൊണ്ട്, കർമനിരതമായ ജീവിതം നയിച്ച ഗുരുദേവന്റെ ജീവിതം ആ സൂചനയ്ക്ക് പിൻബലം നല്കുന്നു. ദൈവഹിതം അനുസരിച്ച് പരാർഥമായനുഷ്ഠിക്കുന്ന കർമങ്ങളെയാണ് ഇവിടെ ഉദ്ദേശിക്കുന്നതെന്ന് തിരിച്ചറിഞ്ഞാൽ മതി.

ഇനി, ആഴം എന്ന പദത്തിലാണ് ശ്രദ്ധിക്കേണ്ടത്. ദൈവത്തെ ആഴത്തോട് ഉപമിച്ചിരിക്കുന്നു. ആഴിക്ക് അവലംബമായി - താങ്ങായി - വർത്തിക്കുന്നത് ആഴമാണെന്ന് ഒരു കവിസങ്കല്പമുണ്ട്. ആ സങ്കല്പം ഇവിടെ ഓർമവയ്ക്കേണ്ടതാണ്. ആഴിയുടെ ധർമമാണ് ആഴമെന്ന കവി സങ്കല്പവും അതിനോടു ബന്ധപ്പെട്ടു നില്ക്കുന്നു. ധർമത്തെ ആശ്രയിച്ചാണ് ധർമി നിലകൊള്ളുന്നത്.

എന്നാൽ, ആഴിയും ആഴവും തമ്മിൽ വ്യവഹാരത്തിൽ മാത്രമേ വ്യത്യാസമുള്ളൂ. വാസ്തവത്തിൽ രണ്ടും ഒന്നാണ്. തിരയും ആഴിയും ഒന്നാണെന്നതുപോലെ ആഴവും ആഴിയും (ദൈവവും മായയും) ഒന്നുതന്നെയാണ്. സർവത്തിനും ആശ്രയമായിട്ടുള്ളത് ദൈവമാണെന്ന ആശയത്തിലാണ് ഇവിടെയും നാം എത്തിച്ചേരുന്നത്. 'സകലാശ്രയമായി രാത്രിയും പകലും നിന്നെരിയും പ്രദീപമേ' എന്ന് കുമാരനാശാൻ ദൈവത്തെ സംബോധന ചെയ്യുന്നു എന്ന കാര്യം ഇവിടെ സ്മരണീയമാണ്.

ആഴം എന്നതിനു മാനം (dimension) എന്ന അർഥം കൂടി കല്പിക്കാവുന്നതാണ്. അപ്പോൾ ദൈവം ജീവിതത്തിന്റെ മാനമാണ് എന്ന അർഥം സിദ്ധിക്കുന്നു. ഗുരുദേവസൂക്തം അതിന് പിൻബലം നല്കുന്നു.

അപ്പോൾ ആഴി, തിര, കാറ്റ്, ആഴം എന്നീ കല്പനകളിലൂടെ ഗുരുദേവൻ പ്രപഞ്ചത്തിന്റെ അഖണ്ഡതയിലേക്കും ഗഹനതയിലേക്കുമാണ് അനുവാചക മാനസങ്ങളെ നയിക്കുന്നത്.

അടുത്ത ശ്ലോകത്തിന് സമുചിതമായ പശ്ചാത്തലമായിത്തീരുകയും ചെയ്യുന്നു ഈ ശ്ലോകം.

അഞ്ച്

നീയല്ലോ സൃഷ്ടിയും സ്രഷ്ടാ-
വായതും സൃഷ്ടിജാലവും
നീയല്ലോ ദൈവമേ! സൃഷ്ടി-
ക്കുള്ള സാമഗ്രിയായതും.

പ്രപഞ്ചത്തിന്റെ അഖണ്ഡതയെ സംബന്ധിക്കുന്ന ബോധത്തിന്, മറ്റൊരു തലത്തിൽ അഗാധതയരുളുന്ന ശ്ലോകമാണിത്.

നീ	=	ദൈവം
സൃഷ്ടി	=	സൃഷ്ടിക്കുക എന്ന കർമം
സ്രഷ്ടാവ്	=	സൃഷ്ടിക്കുന്നവൻ
സൃഷ്ടിജാലം	=	സൃഷ്ടിക്കപ്പെട്ട സമസ്തവും സമസ്തവും (ദേവമനുഷ്യതിര്യക്കാദികൾ മുഴുവൻ)

സൃഷ്ടിക്കുള്ള = സൃഷ്ടിക്കുള്ള ഉപാദാനകാരണം എന്നാലെന്തെന്ന് ഒരു മൺകുടം ഉദാഹരണമായി എടുത്താൽ വ്യക്തമാകും. മൺകുടം ഉണ്ടാക്കുന്നതിന് ഉപാദാനകാരണം മണ്ണാണ്. പക്ഷേ, കുശവനും അയാളുടെ ഉപകരണങ്ങളുമില്ലാതെ നിർമാണം നടക്കുകയില്ല. അവയെ – കുശവനേയും ഉപകരണങ്ങളേയും – നിമിത്ത കാരണങ്ങൾ എന്നു പറയുന്നു. 'സൃഷ്ടിക്കുള്ള സാമഗ്രി' എന്ന പ്രയോഗത്തിൽ ഉപാദാനകാരണവും നിമിത്തകാരണവും ഒരുപോലെ ഉൾപ്പെടുന്നു. ഏകത്വമാണ് കാതലായ സത്യം.

ദൈവമേ! സൃഷ്ടികർമവും സ്രഷ്ടാവും സൃഷ്ടിജാലവും (സൃഷ്ടിക്കപ്പെട്ടതായ സമസ്തവും) സാമഗ്രിയും അവിടുന്നു മാത്രമാണല്ലോ. സൃഷ്ടികർമം, സ്രഷ്ടാവ്, സൃഷ്ടിജാലം, സൃഷ്ടിക്കുള്ള സാമഗ്രി ഇവ നാലും ഒന്നുതന്നെയാണ്. (ദൈവം തന്നെയാണ്.)

നാം കാണുന്ന ഈ ജഗത്ത് ഒരിക്കൽ ഇല്ലാതിരുന്നതും പിന്നീട് ഉണ്ടായതും ഇനിയൊരിക്കൽ ഇല്ലാതാകുന്നതുമാണ്. അതിന് ഉപാദാനകാരണവും നിമിത്തകാരണവും ദൈവമാകുന്നു. 'അഖണ്ഡ നിത്യാദ്വയ ബോധശക്തി'യായി ദൈവത്തെ വിവരിക്കുന്നത് ഈ അറിവിലുറച്ചു നിന്നുകൊണ്ടാണ്.

ഗുരുദേവന്റെ 'ദർശനമാല'യിലെ ഒന്നാംഭാഗമായ 'അധ്യാരോപദർശനം' തുടങ്ങുന്നതെങ്ങനെയെന്നു നോക്കുക.

ആസീദഗ്രേ്യ സദേവേദം
ഭുവനം സ്വപ്നവത് പുനഃ
സസർജ സർവ്വം സങ്കല്പ-
മാത്രേണ പരമേശ്വരഃ

(ഈ ജഗത്ത് ആദിയിൽ കേവലം അസത്തായിരുന്നു. അസത്തായിരുന്നു എന്നു പറഞ്ഞാൽ ഇല്ലാത്തതായിരുന്നു എന്നർഥം. പിന്നീട് സൃഷ്ടികാലത്തിൽ സർവശക്തനായ പരമേശ്വരൻ സങ്കല്പശക്തി മാത്രത്താൽ ഈ സർവ പ്രപഞ്ചത്തേയും സ്വപ്നം കണക്കെ സൃഷ്ടിച്ചു.)

സ്വപ്നത്തിൽ കാണപ്പെടുന്ന പദാർഥങ്ങൾ സങ്കല്പത്തിൽ മാത്രം ഉള്ളവയും യഥാർഥത്തിൽ ഇല്ലാത്തവയുമാണ്. അതുപോലെ ഈ ജഗത്ത് പരമേശ്വരന്റെ സങ്കല്പത്തിൽ മാത്രമുള്ളതും വാസ്തവത്തിൽ ഇല്ലാത്തതുമാകുന്നു. ഉള്ളത് ഈശ്വരൻ മാത്രം. വേദാന്തികളുടെ രീതിയിൽ പറഞ്ഞാൽ, സൃഷ്ടിക്കുമുമ്പ് 'അവ്യാകൃതമായ' ബ്രഹ്മം തന്നെയായിരുന്നു ഈ പ്രപഞ്ചം.

അവ്യാകൃത = വികാസദശയെ പ്രാപിക്കാത്ത; തെളിയിച്ചുകൂടാത്ത.

മായയാമൂടി മറഞ്ഞിരിക്കുന്നൊരു
നീയല്ലോ നൂനമവ്യാകൃതമായതും

എന്ന എഴുത്തച്ഛന്റെ വരികൾ ഇവിടെ സ്മരണീയമാണ്. ദൈവം മാത്രമാണ് പാരമാർഥ സത്യമെന്ന് ഉപനിഷത്തുകൾ ഉദ്ഘോഷിക്കുന്നു. ഇല്ലായ്മയിൽ നിന്ന് ഒന്നും ഉണ്ടാകുകയില്ല. അതുകൊണ്ടാണ് അവ്യാകൃതമായ ബ്രഹ്മത്തെ സൃഷ്ടിക്കുള്ള സാമഗ്രിയാക്കുന്നത്.

സാമഗ്രി = ഉപകരണം

ആറ്

നീയല്ലോ മായയും മായാ-
വിയും മായാവിനോദനും
നീയല്ലോ മായയെ നീക്കി-
സ്സായുജ്യം നല്കുമാര്യനും.

സൃഷ്ടിയും മായയും തമ്മിലുള്ള അഭേദ്യമായ ബന്ധമാണ് ശ്ലോകത്തിൽ സുചിതമായത്. അതിന്റെ തുടർച്ചയായി മായ ഈ ആറാം ശ്ലോകത്തിൽ പ്രതിപാദിതമാകുന്നു.

മായ = പ്രപഞ്ചമാകുന്ന കാര്യത്തിനു കാരണമായ ശക്തി. ഇല്ലാത്തത് എന്ന അർഥമായ എന്ന പദത്തിനുണ്ടെന്ന് നേരത്തെ പ്രസ്താവിച്ചുവല്ലോ. ഗുരുദേവൻ രചിച്ച ദർശനമാലയിലെ 'മായാദർശനം' എന്ന ഭാഗം തുടങ്ങുന്നത് ഇപ്രകാരമാണ്. 'യാതൊന്ന് ഇല്ലയോ അതു മായയാകുന്നു'. എന്നാൽ തൊട്ടടുത്ത ശ്ലോകത്തിൽ ആ പ്രസ്താവത്തിനു പൂരകമായി, മായ എന്നാൽ ഇല്ലാത്തതല്ല എന്ന ആശയമാണുള്ളത്. ഘടം (കുടം) ഉപാധിയാക്കിക്കൊണ്ടാണ് ആ ആശയത്തിന്റെ വിശദീകരണം.

"യാതൊരുപ്രകാരം ഘടത്തിന്റെ ഉത്പത്തിക്കു മുമ്പുള്ള അഭാവം (ഘടപ്രാഗഭാവം) മണ്ണു മാത്രമായിരിക്കുന്നുവോ അതേപ്രകാരം ജഗത്തിന്റെ

ഉത്പത്തിക്കുമുമ്പ് യാതൊന്നു ബ്രഹ്മത്തിൽ നിന്ന് അന്യമായിരിക്കുന്നില്ലയോ അഥവാ യാതൊന്നു ബ്രഹ്മം തന്നെ ആയിരിക്കുന്നുവോ, അതു മനോവാക്കുകളെക്കൊണ്ട് അളക്കപ്പെടാൻ കഴിയാത്ത വൈഭവങ്ങളോടു കൂടിയ മായയാകുന്നു." വിദ്യാനന്ദ സ്വാമികളുടെ വ്യാഖ്യാനത്തിൽ നിന്നാണ് മുകളിലെ അന്വയാർഥം ഇവിടെ സ്വീകരിച്ചിരിക്കുന്നത്.

ആശയത്തിന്റെ വിശദീകരണം കൂടി ചുവടെ ചേർക്കുന്നു.

അഭാവം എന്നതിന് ഇല്ലായ്മയെന്നാണ് ലൗകിക വ്യവഹാരത്തിൽ അർഥമെങ്കിലും, നൈയായികമത പ്രകാരം അഭാവം ഒരു പദാർഥമാകുന്നു. അദ്വൈത മതപ്രകാരവും ആ അഭാവം ഭാവത്തിൽ (സത്തിൽ) നിന്നന്യമല്ല. ഘടത്തിന്റെ ഉത്പത്തിക്കുമുമ്പ് അതിന്റെ അഭാവം മണ്ണിൽ ഇരിക്കുന്നു. അഥവാ - മണ്ണുതന്നെ ഘടാഭാവരൂപേണ ഇരിക്കുന്നു. അതുകൊണ്ടാണ് ഘടത്തിന്റെ ഉത്പത്തിക്കു മുമ്പുള്ള അഭാവം (ഘടപ്രാഗഭാവം) മൃത്തായിരിക്കുന്നു എന്നു പറഞ്ഞത്. അതായത്, ഘടത്തിന്റെ അഭാവവും മൃത്തിന്റെ ഭാവവും ഒന്നാകുന്നു.

മായ എന്ന ആശയവുമായി ഈ ദൃഷ്ടാന്തത്തെ ബന്ധപ്പെടുത്തിക്കൊണ്ട് വിദ്യാനന്ദസ്വാമികൾ എഴുതുന്നു. 'ജഗത്തിന്റെ ഉത്പത്തിക്കു മുമ്പ് അതിന്റെ അഭാവം ബ്രഹ്മത്തിൽ നിന്നന്യമല്ലാത്ത ഒന്നിൽ ഇരിക്കുന്നു. അതായത് ബ്രഹ്മം മാത്രമായിരിക്കുന്നു. എന്നാൽ അവികാരിയായ ബ്രഹ്മത്തിൽ നിന്ന് വികാരത്തോടുകൂടിയ ഈ ജഗത്ത് എങ്ങനെ ഉണ്ടായിത്തീർന്നു എന്നുള്ളത് അനുമാനം മുതലായവയെക്കൊണ്ട് കണ്ടുപിടിക്കാൻ കഴിയാത്ത വിഷയമായിരിക്കുന്നു. അതുകൊണ്ട് ജഗത്തിന്റെ ഉത്പത്തിക്കു കാരണമായും, ബ്രഹ്മത്തിൽ നിന്നന്യമല്ലാതെയും ഇരിക്കുന്ന ആ അഭാവത്തിന് അമേയവൈഭവയായ മായ എന്നു പറയപ്പെട്ടു. അഥവാ ആ മായ - ജഗത്തിന്റെ അഭാവം - ബ്രഹ്മം തന്നെ.'

അദ്വൈത സിദ്ധാന്തത്തിലെ സുപ്രധാനമായ ഒരു വാദമാണ് ഇതുൾക്കൊള്ളുന്നത്. 'അമേയവൈഭവാ' എന്നത് ഗുരുദേവന്റെ പ്രയോഗമാണ്.

മായ എന്ന പദം ഉൾക്കൊള്ളുന്ന അർഥവിശേഷങ്ങൾ ഘടം എന്ന ദൃഷ്ടാന്തത്തിലൂടെ സമന്വയിക്കപ്പെടുന്നു. വൈരുധ്യാത്മകമെന്നു തോന്നാവുന്ന അർഥവിശേഷങ്ങൾ. യുക്ത്യാതീതമായ ഒരു മേഖലയിലാണ് ഈ ആശയം വ്യാപിക്കുന്നതെന്ന് ആവർത്തിച്ചുകൊള്ളട്ടെ. എങ്കിലും ആ മേഖലയിലേക്കുയരാൻ കഴിയുന്ന മനസ്സുകൾക്ക് ഇതിലെ യുക്തിഭദ്രത ബോധ്യമാകാതിരിക്കയില്ല.

മായാവി	=	മായയോടു കൂടിയവൻ
മായാവിനോദൻ	=	മായയാകുന്ന വിനോദത്തോടു കൂടിയവൻ

ലോകജീവിതം ഈശ്വരന്റെ ലീലയാണെന്ന് കവികളും ചിന്തകന്മാരും വിവരിക്കാറുള്ളത് ഇവിടെ ഓർമിക്കേണ്ടതാണ്. ടാഗോറിന്റെ ഗീതാഞ്ജലിയിലെ പ്രഥമഗീതത്തിൽ തന്നെ ഈ ആശയം കാണാം.

ലൗകിക ജീവിതത്തിൽ മാത്രം മുഴുകി കഴിയുന്നവർക്കാണ് 'ലീല' എന്ന ഈ പ്രയോഗം ഏറെ ബാധകമായിട്ടുള്ളത്. വിനോദമെന്ന നിലയിൽ ഒരു മായാവി കാണിക്കുന്ന (പ്രകടമാക്കുന്ന) മായാജാലത്തിൽ ഭ്രമിക്കുകയും അതുമാത്രമാണു സത്യമെന്ന മിഥ്യാധാരണയിൽ കുടുങ്ങി ജീവിതം (ശ്രേഷ്ഠമായ മനുഷ്യജീവിതം) പാഴിലാക്കുകയും ചെയ്യുന്നവരാണ് ആ കൂട്ടർ. മായാജന്യങ്ങളായ കാര്യങ്ങളിൽ മാത്രമേ അവർക്ക് താത്പര്യമുള്ളൂ. അതു മായയാണെന്നോ നശ്വരമാണെന്നോ മിഥ്യയാണെന്നോ അവരറിയുന്നില്ല.

ഒരു പാശ്ചാത്യകവിയുടെ വിലാപകാവ്യത്തിൽ ആവിഷ്കൃതമാകുന്ന ആശയം ഇതിനോടു ചേർത്ത് വെച്ച് ആലോചിക്കാവുന്നതാണ്.

"ഭ്രാന്തമായ വ്യാമോഹങ്ങളിൽപ്പെട്ട് നാം

മിഥ്യാരൂപങ്ങളോട് വ്യർഥമായി മല്ലടിച്ചുകൊണ്ടിരിക്കുന്നു.

ശവകോട്ടയ്ക്കകത്തെ ജഡങ്ങളെപ്പോലെ നാം അഴുകി ദ്രവിക്കുന്നു.

ഭീതിയും ദുഃഖവും നമ്മെ പിടപ്പിക്കുകയും തിന്നൊടുക്കുകയും ചെയ്യുന്നു.

നമ്മുടെ സ്പന്ദിക്കുന്ന മണ്ണിൽ ആഗ്രഹങ്ങൾ പുഴുക്കളെപ്പോലെ നുരയ്ക്കുന്നു. സ്പന്ദിക്കുന്ന മണ്ണ് നമ്മുടെ ശാരീരിക ജീവിതമാണെന്ന് പ്രത്യേകം പറയേണ്ടതില്ല.

മായയുടെ ലീലകളാകുന്ന വലയിൽ കുടുങ്ങി, ജീവിതത്തിന്റെ അർഥം മറന്ന് ജീവിക്കുന്നവരാണ് ഈ വരികളിലെ 'നാം'. ജീവിതമെന്നത് യഥേഷ്ടം സുഖിക്കലാണ്, എന്നും 'എന്തുവന്നാലുമെനിക്കാസ്വദിക്കണം മുന്തിരിച്ചാറുപോലുള്ളൊരിജ്ജീവിതം'. എന്നും നിശ്ചയിച്ചുറയ്ക്കുകയും അതനുസരിച്ച് ജീവിക്കുകയും ചെയ്യുന്നവർ. മറ്റൊരു രീതിയിൽ പറഞ്ഞാൽ നൈമിഷികമായ സന്തോഷങ്ങളിൽ മാത്രം 'സുഖം' കാണുന്നവർ. അന്യർ അവർക്ക് ആലോചനാ വിഷയമേയാകുന്നില്ല. ദൈവത്തിന്റെ ലീലയാണു മായ എന്ന വീക്ഷണമാണ് 'മായാവിനോദൻ' എന്ന പ്രയോഗത്തിലടങ്ങുന്നത്.

മായയെ നീക്കി	=	മായയാകുന്ന മോഹം ഇല്ലായ്മ ചെയ്ത്
സായുജ്യം	=	മുക്തി; ദൈവത്തിൽ ഐക്യം പ്രാപിക്കുന്ന അവസ്ഥ

ക്ഷുദ്രങ്ങളായ ആഗ്രഹങ്ങളിൽ നിന്നു മോചനം സിദ്ധിക്കുന്ന മാനസികാവസ്ഥയായും ഇതു കണക്കാക്കാം.

ആര്യൻ = ഗുരു, ശ്രേഷ്ഠൻ. ഗുരു എന്ന അർഥമാണ് ഏറെ ഇണങ്ങുന്നത്. അറിവിലേക്ക് (സത്യത്തിലേക്ക്) നയിക്കുന്നത് ഗുരുവാണല്ലോ.

ദൈവമേ, ലൗകിക ജീവിതത്തിലെ ക്ഷുദ്രങ്ങളായ വിഷയസുഖങ്ങളിൽ ഞങ്ങളെ അകപ്പെടുത്തുന്ന മായയും മായയുടെ ക്ഷണികമായ വിലാസഭംഗികളിൽ മയങ്ങി രസിക്കുന്ന ഞങ്ങളുടെ അവസ്ഥയിൽ വിനോദം

കാണുന്ന മായാവിനോദനും ആ മായയിൽ നിന്ന് മോചനം നല്കി ഞങ്ങളെ പരമസത്യമായ അങ്ങയിൽ വിലയം പ്രാപിക്കാനനുഗ്രഹിക്കുന്ന പരമ ഗുരുവും അങ്ങാകുന്നു. മായയിൽ നിന്ന് മോചനം എന്നതിന് മായയുടെ നിയന്ത്രണത്തിൽ നിന്നു മോചനം എന്നേ അർഥമുള്ളൂ.

ദൈവമഹിമ ഈ ശ്ലോകത്തിൽ പുതിയ മാനങ്ങളിലേക്ക് വ്യാപിക്കുന്നു ജീവിതത്തിന്റെ ഗതി മോക്ഷത്തിലേക്കാകണമെന്നും ജീവിതത്തിന്റെ പരമ ലക്ഷ്യം സായുജ്യമാണെന്നും ഈ ശ്ലോകത്തിൽ നിന്ന് നാം അറിയുന്നു.

ഏഴ്

നീ സത്യം ജ്ഞാനമാനന്ദം
നീ തന്നെ വർത്തമാനവും
ഭൂതവും ഭാവിയും വേറ-
ല്ലോതും മൊഴിയുമോർക്കിൽ നീ

നീ സത്യം = നീ സത്യമാകുന്നു. അതായത് ശുദ്ധവും പൂർണവുമായുള്ള സത്യം

നീ ജ്ഞാനം = നീ ജ്ഞാനമാകുന്നു. ശുദ്ധവും പൂർണവുമായ ആനന്ദമാകുന്നു.

സത്യം എന്ന വാക്കിന് വേദാന്തികൾ നല്കുന്ന വിശദീകരണം ഇതാണ്. ഏതൊന്നാണോ മൂന്നു കാലങ്ങളിലും ഏക കാലത്തുള്ളത്, അതാണ് പരമാർഥിക സത്യം. ഭൂതം, വർത്തമാനം, ഭാവി എന്നീ മൂന്നിലും ഏകകാലത്തുള്ളത് നിത്യസത്യമാകുന്നു. ആ നിത്യസത്യത്തെ ഏകവും അദ്വിതീയവുമായ ആത്മാവ് എന്നും ബ്രഹ്മം എന്നും വേദാന്തികൾ പറയുന്നു. ശ്രുതികൾ ഘോഷിക്കുന്നത് ഈ നിത്യസത്യത്തെയാണ്. സർവവും അതിൽ നിന്നുത്ഭവിക്കുന്നു. സർവവും അതിൽ തന്നെ ലയിക്കുന്നു. എപ്പോഴും നിലനില്ക്കുന്നതായിട്ടൊന്നേയുള്ളൂ. അതാണ് സത്യം. അതാണ് ബ്രഹ്മം.

ജ്ഞാനം എന്നത് ബ്രഹ്മത്തിന്റെ സ്വരൂപലക്ഷണമാണ്. (ആത്മസ്വരൂപ മാണ് ജ്ഞാനം എന്നു വേദാന്തം പറയുന്നു). ദൈവം എന്ന അർഥത്തിൽ ഗുരുദേവൻ പല പദങ്ങളും പ്രയോഗിച്ചിരിക്കുന്നത് ആ കാവ്യലോകത്തിന്റെ പലഭാഗങ്ങളിലും കാണാം, ജ്ഞാനം, അറിവ്, കരു മുതലായ പദങ്ങൾ.

ജ്ഞാനം ഘനീഭൂതമായ ശുദ്ധബോധമാകുന്നു. ഉണ്ടാവുകയും ഇല്ലാതാവുകയും ചെയ്യുന്ന ഒന്നല്ല അത്. അത് സനാതനമാണ്.

ആനന്ദം എന്നതും സത്യം, ജ്ഞാനം എന്നിവയെപ്പോലെ ദൈവത്തിന്റെ സ്വരൂപ ലക്ഷണമാണ്. ആനന്ദസ്വരൂപനാണ് ദൈവം. മൂന്നു സ്വരൂപ ലക്ഷണങ്ങളെയും ചേർത്തുകൊണ്ടാണ് ദൈവത്തെ സച്ചിദാനന്ദ സ്വരൂപ നെന്ന് വിളിക്കാറുള്ളതും വിവരിക്കാറുള്ളതും. ('സച്ചിദാനന്ദ ബ്രഹ്മം' എന്നത് പ്രസിദ്ധമായ ബ്രഹ്മലക്ഷണമാകുന്നു).

നീ തന്നെ വർത്തമാനവും ഭൂതവും ഭാവിയും = വർത്തമാനകാലം, ഭൂതകാലം, ഭാവികാലം എന്നിങ്ങനെ നാം പറയാറുള്ള കാലത്രയം നീ തന്നെയാണ്. മൂന്നു കാലങ്ങളും ബ്രഹ്മത്തിൽ എപ്പോഴും ലയിച്ചിരിക്കുന്നു. സനാതനമായ കാലമാണ് ബ്രഹ്മം. അത് അവിഭാജ്യമാണ്.

ഓർക്കിൽ = ആലോചിച്ചു നോക്കിയാൽ

ഓതും മൊഴിയും വേറല്ല = ഓതുന്ന മൊഴിയും മറ്റൊന്നല്ല, ദൈവം തന്നെയാണ് എന്ന അർഥം നേരെ കിട്ടുന്നു. എന്താണ് 'ഓതും മൊഴി' എന്നു കേൾക്കുമ്പോൾ അതിൽ ശബ്ദത്തിനു സ്ഥാനമുണ്ടെന്നു നാം മനസ്സിലാക്കുന്നു. (ഓതുന്നത് ശബ്ദത്തിലാണല്ലോ). അപ്പോൾ, ഏകാന്തതയിൽ ശിഷ്യന് പരമഗുരു ഉപദേശിച്ചു കൊടുക്കുന്ന മഹാവാക്യം എന്ന അർഥമാണ് ഗുരുദേവൻ ഉദ്ദേശിക്കുന്നതെന്നു കരുതുന്നതിൽ തെറ്റില്ല. വേദരൂപമായ മൊഴിയാണത്. അതായത് 'ഓം' എന്ന വൈഖരി.

('ഓമിതി ശ്രുതി നിഗൂഢ വൈഖരി' എന്ന് കുമാരനാശാൻ പ്രയോഗിച്ചിട്ടുള്ളത് ഇവിടെ ഓർമിക്കാവുന്നതാണ്.)

ദൈവമേ, അങ്ങ് പൂർണമായ സത്യമാകുന്നു. അങ്ങ് കേവലമായ ജ്ഞാനമാകുന്നു. അത് ശുദ്ധമായ ആനന്ദമാകുന്നു. ഭൂതവർത്തമാനഭാവി കാലങ്ങൾ അഭേദ്യമാംവിധം ലയിച്ചിരിക്കുന്ന സനാതനമായ കാലവും അങ്ങാകുന്നു. ഏകാന്ത വിശുദ്ധിയുടെ മുഹൂർത്തത്തിൽ പരമഗുരു ഓതിത്തരുന്ന ഓം എന്ന മൊഴിയും, ആലോചിച്ചു നോക്കുമ്പോൾ, അങ്ങ് തന്നെയാകുന്നു.

എട്ട്

അകവും പുറവും തിങ്ങും
മഹിമാവാർന്ന നിൻപദം
പുകഴ്ത്തുന്നു ഞങ്ങളങ്ങു
ഭഗവാനേ! ജയിക്കുക

സത്യവും ജ്ഞാനവും ആനന്ദവുമാണ് ദൈവം എന്ന് തിരിച്ചറിഞ്ഞു കഴിഞ്ഞാൽ ആ പാദങ്ങളിൽ സമർപ്പിക്കുകയാണ് നാം ചെയ്യേണ്ടത്. ഈ ശ്ലോകത്തിൽ 'ജയിക്കുക' എന്ന അവസാനത്തെ വാക്കിൽ ആ സമർപ്പണമാണ് ദർശിക്കേണ്ടത്.

അകവും പുറവും തിങ്ങും = അകത്തും പുറത്തും ഒരുപോലെ തിങ്ങി നില്ക്കുന്ന (നിറഞ്ഞു നില്ക്കുന്ന) ദൈവം സർവ വ്യാപിയാണല്ലോ.

അകവും പുറവും = മാനസികമായ ലോകത്തിലും ഇന്ദ്രിയവേദ്യമായ ലോകത്തിലും നിത്യജീവിതത്തിലെ മാനസിക ലോകത്തിലും ആന്തരിക ലോകത്തിലും ഒരുപോലെ.

മഹിമാവാർന്ന = മഹിമയോടുകൂടിയ 'മഹത്' എന്ന പ്രയോഗത്തിന്

സ്തുതിക്കപ്പെടേണ്ടതെന്നും പ്രകീർത്തിക്കപ്പെടേണ്ടതെന്നും മറ്റുമാണ് അർഥം. പ്രകീർത്തിക്കപ്പെടുന്നതിന്റെ ഗുണമാണ് (ഭാവമാണ്) മഹിമാവ്.

നിൻപദം = അങ്ങയുടെ പരമപദം (ഏതു പദം പ്രാപിക്കാനാണോ നാം സ്തോത്രം ചൊല്ലുന്നത് ആ പദം)

പുകഴ്ത്തുന്നു ഞങ്ങൾ = പുകഴ്ത്തുന്നു എന്നതിന് ശരണം പ്രാപിക്കുന്നു എന്നർഥമാണ് കല്പിക്കേണ്ടത്.

'നീ ഒന്നു തന്നെ ഞങ്ങൾക്കു തമ്പുരാൻ' എന്ന് മൂന്നാമത്തെ ശ്ലോകത്തിൽ അസന്ദിഗ്ധമായി കുറിച്ചിട്ടുള്ളത് ഓർമിക്കുക. ആ തമ്പുരാൻ മാത്രമേ നശ്വരവും ദുഃഖപൂരിതവുമായ മനുഷ്യജന്മത്തിന് ആശ്രയമായിട്ടുള്ളൂ. ആ തമ്പുരാനെ പുകഴ്ത്തുന്നു എന്നതിന്റെ സാരം ഞങ്ങളെ കൈവെടിയാതെ കാത്തുകൊള്ളണേ എന്നാണ്.

അങ്ങ് = അവിടുന്ന്

ഭഗവാനേ = ഭഗം തികഞ്ഞ നിലയുള്ളവനേ (ഐശ്വര്യാദികളായ ഷഡ്ഗുണങ്ങൾ തികഞ്ഞ നിലയുള്ളവനേ)

ഷഡ്ഗുണങ്ങൾ = ഐശ്വര്യം, വീര്യം, യശസ്സ്, ശ്രീ, ജ്ഞാനം, നിസ്സംഗത്വം

'മഹിമാവാർന്ന നിൻപദം' എന്ന പ്രയോഗത്തോടു ചേർത്തു വേണം, ഭഗവാനേ എന്ന സംബോധന കാണേണ്ടത്. ഞങ്ങളുടെ നശ്വരമായ ജീവിതങ്ങൾക്കു മേൽ എപ്പോഴും അവിടുന്ന് വാണരുളണേ എന്നാണ് 'ജയിക്കുക' എന്ന പ്രയോഗം സൂചിപ്പിക്കുന്നത്. എപ്പോഴും അങ്ങ് വാണരുളിയാലല്ലാതെ സംസാരസമുദ്രം തരണം ചെയ്തു ആ പരമപദം പ്രാപിക്കാൻ ഞങ്ങൾക്കു സാധിക്കുകയില്ല.

അകത്തും പുറത്തും ഒരുപോലെ വ്യാപിച്ചിരിക്കുന്ന (സർവവ്യാപിയായ) അങ്ങയുടെ സർവാതിശായിയായ പരമപദം എപ്പോഴും ഞങ്ങൾ വാഴ്ത്തുന്നു. ഭഗവാനേ, മഹിമാതിശയമാർന്ന അങ്ങ് ജയിച്ചാലും. ഞങ്ങളുടെ ലൗകിക ജീവിതത്തിനുമേൽ ഭഗവാന്റെ ജയം എപ്പോഴുമെപ്പോഴും ഉണ്ടായിരിക്കേണമേ.

അകത്തും പുറത്തുമുള്ള രണ്ടു ലോകങ്ങൾ സദാസമയവും നമ്മിലുണ്ട്. അകത്തുള്ള ലോകത്തിൽ വിചാരങ്ങൾ, ആശങ്കകൾ, പ്രതീക്ഷകൾ സ്വപ്നങ്ങൾ തുടങ്ങിയവയാണ്. പാപചിന്തകളുടെ സ്ഥാനവും അതുതന്നെ. പഞ്ചേന്ദ്രിയങ്ങളിലൂടെ അറിയുന്നതും പ്രകടിപ്പിക്കുന്നതുമായ കാര്യങ്ങൾ ബാഹ്യലോകത്തിന്റെ ഭാഗങ്ങളാണ്.

ആ ലോകങ്ങൾ രണ്ടിലും ദൈവം എപ്പോഴും വാണരുളണം എന്നാണ് 'അങ്ങു ഭഗവാനേ! ജയിക്കുക' എന്നു പ്രാർഥിക്കുന്നതിന്റെ അർഥം. മലിനചിന്തകളിൽ നിന്നും പാപചിന്തകളിൽ നിന്നും മോചനം ലഭിക്കുന്നതിന് അതാവശ്യമാണ്.

'പുകഴ്ത്തുന്നു ഞങ്ങളങ്ങു' എന്നതിനു പകരം 'പുകഴ്ത്തുന്നു ഞങ്ങളങ്ങെ' എന്ന് മറ്റൊരു പാഠവും കാണാനുണ്ട്.

ഒമ്പത്

ജയിക്കുക മഹാദേവ!
ദീനാവന പരായണ!
ജയിക്കുക ചിദാനന്ദ!
ദയാസിന്ധോ! ജയിക്കുക.

മുൻശ്ലോകം അവസാനിക്കുന്നത് 'ഭഗവാനേ ജയിക്കുക' എന്നാണല്ലോ. അതിലെ അവസാന പദത്തോടുകൂടിയാണ് ഈ ശ്ലോകം തുടങ്ങുന്നത്. കവിതയുടെ സമഗ്ര ശില്പത്തിലെ താളത്തിന് ഈ പ്രയോഗം കൊഴുപ്പു ളവാക്കുന്നു. 'ജയിക്കുക' എന്ന പദം ഈ ശ്ലോകത്തിൽ മൂന്നു പ്രാവശ്യം പ്രയോഗിച്ചിരിക്കുന്നു എന്നതും ശ്രദ്ധിക്കേണ്ടതാണ്. ആവർത്തനത്തിലൂടെ പ്രാർഥനയ്ക്ക് ഫലസിദ്ധിയേറുന്നു. ഒന്നുച്ചത്തിൽ ചൊല്ലുന്നയാളുടെ ഹൃദ യത്തിൽ നിറഞ്ഞുനില്ക്കുന്ന ഭക്തി ആ വാക്കുകളിൽ അനിർവചനീയ മായ കാന്തി കലർത്തുന്നു. പൂജാപുഷ്പത്തിന്റെ വിശുദ്ധകാന്തിയാണ തെന്നു പറയാം. ഭഗവാന്റെ തൃച്ചേവടികളിൽ അർച്ചിക്കുന്ന ആ പൂജാ പുഷ്പ ങ്ങൾ ഗുരുദേവ പ്രതിഭയുടെ സ്പർശത്താൽ കല്പദ്രുമ കുസുമങ്ങളെ പ്പോലെ അനശ്വരലാവണ്യത്താൽ പരിശോഭിതമാകുന്നു.

ജയിക്കുക – ലോക ജീവിതത്തിലെങ്ങും അനുഗ്രഹദായകമായ ആധി പത്യത്തോടുകൂടി ഭഗവാന്റെ ചൈതന്യം എപ്പോഴും പരിലസിച്ചാലും (ചൈതന്യം പരിലസിക്കുന്നിടത്ത് ഇരുട്ടിന് സ്ഥാനമുണ്ടാവുകയില്ല).

മഹാദേവ = ദേവന്മാർക്കും ദേവനായിട്ടുള്ളവനേ 'മഹാ' എന്ന വിശേ ഷണത്തിന് പൂജ്യമാനൻ എന്നാണർഥം. 'ദേവ' ശബ്ദത്തിന് പ്രകാശിക്കു ന്നവൻ എന്നാണർഥമെന്നോർക്കുമ്പോൾ മഹാദേവശബ്ദം സൃഷ്ടിക്കുന്ന പ്രതീതി ഉൾക്കൊള്ളാൻ സാധിക്കും.

"ഒരു കോടി ദിവാകരരൊത്തുയരും പടി" എന്നും, "ഒരു പതിനായിര മാദിതേയരൊന്നായ്..." എന്നും മറ്റും ഗുരുദേവ കവിതകളിൽ ദൈവാനുഭ വമായി ബന്ധപ്പെട്ട പ്രയോഗങ്ങളുണ്ടെന്ന വസ്തുത ഇതോടു ചേർത്ത് ഓർമിക്കേണ്ടതാണ്. പരമശിവനാണ് മഹാദേവൻ എന്നു നമുക്കറിയാം. ശിവം എന്നതിനു മംഗളം എന്നർഥം. അതനുസരിച്ച് ശിവൻ മംഗളദായക നാണ്. ഇപ്രകാരമൊരർഥം മഹാദേവ ശബ്ദത്തിനു സ്വീകരിക്കുമ്പോൾ പരമശിവന്റെ രൂപം നമ്മുടെ സങ്കല്പത്തിൽ തെളിയുന്നു. ഇരുളകറ്റുന്ന ശീതള ശശാങ്കനെ തിരുമുടിയിൽ ചൂടി, ബഹിർമുഖങ്ങളായ രണ്ടു കണ്ണു കൾക്കൊപ്പം അന്തർമുഖമായ മൂന്നാം കണ്ണോടുകൂടി ജ്വലിച്ചു നില്ക്കുന്ന രൂപമെന്നു പറഞ്ഞാൽ വിവരണം പൂർത്തിയാവുകയില്ല. കണ്ഠത്തിൽ നിയന്ത്രിതമായ ക്ഷ്വേളത്തോടും ദൈവാനുഭൂതിയാൽ തരളമാകുന്ന കുണ്ഡലിനീശക്തിയുടെ പ്രതീകമായ പാമ്പുകളോടും കൂടി എന്നെങ്കിലും പൂരിപ്പിച്ചെങ്കിൽ മാത്രമേ വിവരണം ഏകദേശ രൂപത്തിലെങ്കിലും പൂർത്തിയാകുന്നുള്ളൂ. ഇപ്രകാരമൊരു ശിവസ്വരൂപ പ്രതീതിയും ഈ ശ്ലോകം അനുവാചകരിലുളവാക്കുന്നു.

ചിദാനന്ദാ = ചിത്തം ആനന്ദമാകുന്ന സ്വരൂപ ലക്ഷണത്തോടുകൂടിയവനേ

ചിത്ത് അജ്ഞതയെ അകറ്റുന്നു. ആനന്ദം ദുഃഖത്തെ അകറ്റുന്നു. അപ്പോൾ ചിദാനന്ദാ എന്ന പ്രയോഗത്തിന് അജ്ഞതയിൽ നിന്നും സങ്കടങ്ങളിൽനിന്നും മോചനമരുളുന്നവനേ എന്ന അർഥം ലഭിക്കുന്നു.

('ചിദാനന്ദ' എന്ന സംബോധനയിൽ 'സച്ചിദാനന്ദ' എന്ന സംബോധനയാണ് വാസ്തവത്തിൽ അടങ്ങിയിട്ടുള്ളത്.)

ദീനാവനപരായണ = ദീനന്മാരെ അവനം ചെയ്യുന്നതിൽ (രക്ഷണം ചെയ്യുന്നതിൽ, രക്ഷിക്കുന്നതിൽ) പരായണനായിട്ടുള്ളവനേ. (തത്പരനായിട്ടുള്ളവനേ) 'പരായണ' ശബ്ദത്തിനു മോക്ഷം എന്നും അർഥമുണ്ട്.

അവനം	=	രക്ഷണം, അഭയസ്ഥാനം, സന്തോഷം
ദയാസിന്ധോ	=	ദയാഭാവത്തിനു സിന്ധുവായിട്ടുള്ളവനേ
ദയ	=	കരുണ
സിന്ധു	=	കടൽ
ദയാസിന്ധു	=	കാരുണ്യക്കടൽ

കരുണാസാഗരമേ എന്ന് പല പ്രാർഥനകളിലും നാം കാണാറുണ്ടല്ലോ).

ജയിക്കുക = സർവോത്കർഷേണ ജയിച്ചാലും

ദയ അല്ലെങ്കിൽ കരുണ എന്ന പദത്തിനു ലഘുവായ വിവരണം ആവശ്യമാണ്. ആരെ കാണുമ്പോഴാണ് നമ്മിലെ ദയാഭാവം ഉണരുന്നത്? സങ്കടങ്ങളിലും ദുരിതങ്ങളിലും മറ്റും അകപ്പെട്ടു വലയുന്നവരെ കാണുമ്പോൾ എന്നുത്തരം. സമൂഹത്തിൽ പല രീതികളിലുമുള്ള സങ്കടങ്ങളനുഭവിക്കുന്നവരെ നാം കാണുന്നു. രോഗം, ദാരിദ്ര്യം, വാർധക്യം... അങ്ങനെ പല തരം കാരണങ്ങളാൽ മനുഷ്യർ ദുഃഖമനുഭവിക്കുന്നു. (ഓരോ വ്യക്തിക്കും അയാളുടേതായ സങ്കടങ്ങൾ വേറെയുമുണ്ട്). ആ സങ്കടങ്ങളുടെ ആഴം കണ്ടറിഞ്ഞ ഭഗവാൻ ബുദ്ധൻ ഒരിക്കൽ ഇപ്രകാരം പറയുകയുണ്ടായി. "ഈ ഭൂമിയിൽ മനുഷ്യർ ചൊരിയുന്ന കണ്ണുനീരിന്റെ അളവെടുത്താൽ അതു സപ്തസാഗരങ്ങളിലെ ഉപ്പുവെള്ളത്തേക്കാളധികമായിരിക്കും."

പക്ഷേ, മനുഷ്യരനുഭവിക്കുന്ന ദുഃഖത്തിന് ഏറ്റക്കുറച്ചിലുകളുണ്ട്. ചിലരുടെ ജീവിതങ്ങളിൽ ദുഃഖത്തിന്റെ അളവ് ഏറിയിരിക്കും. അതിനു കാരണങ്ങൾ പലതായിരിക്കും. ചില ദുഃഖങ്ങൾ പരിഹരിക്കാവുന്നതുമാണ്. അപരിഹരണീയമായ ദുഃഖങ്ങളിൽപ്പെട്ട് നിസ്സഹായമായി ഉഴലുന്നവരേയും പരിഹരണീയമായ ദുഃഖങ്ങളിലകപ്പെട്ട് വലയുന്നവരേയും രണ്ട് രീതികളിലാണ് സമീപിക്കേണ്ടത്. ആദ്യത്തെ വിഭാഗത്തിലുള്ളവർക്ക് സമാശ്വാസവും സാന്ത്വനവും നല്കുക. രണ്ടാമത്തെ വിഭാഗത്തിലുള്ളവർക്ക് ദുഃഖത്തിൽ നിന്നു കര കയറാനുള്ള മാർഗങ്ങളുണ്ടാക്കിക്കൊടുക്കുക.

പരിഹരണീയമായ ദുഃഖങ്ങളിൽ ദാരിദ്ര്യം, അടിമത്തം, അപമാനം മുതലായവയാണ് പ്രധാനം. സമുദായ ഘടനയിലും വ്യവസ്ഥിതിയിലും മാറ്റമുണ്ടാക്കിയാൽ ദാരിദ്ര്യവും അടിമത്തവും ഇല്ലാതാക്കാവുന്നതാണ്. ആ മാറ്റം പ്രായോഗികമാക്കുന്നതിനെക്കുറിച്ചറിവു നല്കുന്ന പ്രത്യയശാസ്ത്ര ങ്ങൾ ആധുനിക ലോകത്തിന്റെ കൈവശമുണ്ട്. ദേശകാല സാഹചര്യ ങ്ങൾക്കനുസരണമായി ബോധപൂർവം സുസംഘടിതമായി പ്രയോഗിച്ചാൽ ദാരിദ്ര്യം, അടിമത്തം തുടങ്ങിയ വ്യാധികളിൽ നിന്ന് മനുഷ്യരാശിയെ മോചി പ്പിക്കാൻ കഴിയുമെന്ന കാര്യം തീർച്ചയാണ്. സ്ഥിതിസമത്വാദർശനത്തില ധിഷ്ഠിമായ പരിവർത്തനം ഭരണകൂടത്തിനുണ്ടാകേണ്ടതാണ്.

അതു മനസ്സിലാക്കിക്കൊണ്ട് ബോധവത്കരണത്തിന്റേയും സംഘടിത ശക്തിയുടേയും മാർഗമവലംബിച്ച് സമുദായഘടനയിൽ പരിവർത്തനം നടത്തുന്നതിനുവേണ്ടി പരിശ്രമിക്കുക എന്ന ചുമതല ദൈവവിശ്വാസികൾ ഏറ്റെടുക്കണമെന്ന് ‘ദീനാവനപരായണ’, ‘ദയാസിന്ധോ’ എന്നീ പ്രയോഗ ങ്ങൾ അനുശാസിക്കുന്നു.

അപമാനം പോലുള്ള ദുഃഖങ്ങളിൽ പതിച്ചവശരാകുന്നവർക്ക് രക്ഷ നല്കാൻ അപമാനഹേതുവായ വീക്ഷണത്തിലാണ് മാറ്റം വരേണ്ടത്. ‘പാപം ചെയ്യാത്തവർ കല്ലെറിയട്ടെ’ എന്ന യേശുവിന്റെ വാക്യം നവീന വീക്ഷണത്തിന്റെ കാതലായെങ്കിലേ ആ മാറ്റം സംഭവിക്കുകയുള്ളൂ. അതിന്റെ വിശദാംശങ്ങളിലേക്ക് ഇവിടെ കടക്കുന്നില്ല.

ഗുരുദേവന്റെ പാവന ചരിത്രം പരിശോധിക്കുന്നവർക്ക് ഈ ആശയം പ്രയാസം കൂടാതെ ഉൾക്കൊള്ളാൻ സാധിക്കും. സർവസംഗപരിത്യാഗിയായ മഹർഷിയായിരിക്കെത്തന്നെ സമൂഹത്തിൽ നാനാവിധമായ പരിവർത്തന ങ്ങൾ സൃഷ്ടിക്കുന്ന കർമങ്ങളിൽ അദ്ദേഹം വ്യാപൃതനായിരുന്നു എന്ന് ഓർമിക്കണം. സഹജാതരെ ദുഃഖങ്ങളിൽ നിന്നും കരകയറ്റുകയെന്ന ലക്ഷ്യ ത്തോടെയാണ് ഗുരുദേവൻ ആ കർമങ്ങൾ തുടർന്നതും.

കൊലപാതകികളെയും മോഷ്ടാക്കളെയും നല്ലവരാക്കി മാറ്റി സമൂഹ ത്തിന്റെ കുറ്റപ്പെടുത്തലിൽ നിന്നും രക്ഷിച്ചെടുക്കുക എന്ന അദ്ഭുതവും അദ്ദേഹം കാഴ്ചവെച്ചിരുന്നു. ‘ദീനാവനപരായണ’നാകാൻ ലഭിച്ച അവ സരങ്ങളൊക്കെയും പുണ്യചരിതനായ ഗുരുദേവൻ സാർഥകമാക്കി ത്തീർക്കുക തന്നെ ചെയ്തു.

(‘പതിതകാരുണികരാം ഭവാദൃശസുതന്മാരെ’ എന്ന് കുമാരനാശാൻ ഉപഗുപ്തമുനിയെക്കുറിച്ചെഴുതിയത് ഗുരുദേവനെ മാതൃകയാക്കിയാകണം.)

അപ്പോൾ, ‘ദയാസിന്ധോ ജയിക്കുക’ എന്ന പ്രാർഥനാഭാഗം ഉൾ ക്കൊള്ളുന്ന ആശയം ഇതാണ്. ദൈവമേ, എന്റെ തുച്ഛമായ ജീവിതം ഇതാ, അങ്ങേയ്ക്ക് ഞാൻ സമർപ്പിക്കുന്നു. നിരാശയുള്ളിടത്ത് പ്രത്യാശയും സങ്കട ങ്ങൾക്കിടയിൽ സാന്ത്വനവും കലഹങ്ങളുള്ളിടത്ത് സൗഹൃദവും സൃഷ്ടി ക്കാൻ കഴിവു നല്കി നിസ്സാരമായ ഈ ജീവിതത്തിന്റെ മേൽ അങ്ങ് വിജ യിച്ചാലും!

ദൈവദശകം

നശ്വരമായ ലോകജീവിതത്തെ സാർഥകമാക്കാൻ സാധിക്കുക എന്നതി നേക്കാൾ വലിയ സൗഭാഗ്യം മറ്റെന്താണുള്ളത്? ആ സൗഭാഗ്യത്തിനു വേണ്ടിയാണ് ഇവിടെ പ്രാർഥിക്കുന്നത്.

പത്ത്

ആഴമേറും നിൻ മഹസ്സാ-
മാഴിയിൽ ഞങ്ങളാകവേ
ആഴണം വാഴണം നിത്യം
വാഴണം വാഴണം സുഖം.

സഹജാതരുടെ സങ്കടങ്ങൾ പരിഹരിക്കുന്നതിനുള്ള പരിശ്രമങ്ങളിലൂടെ യാണ് ഈശ്വരപൂജ തുടരേണ്ടതെന്ന സന്ദേശം അഭിവ്യഞ്ജിപ്പിച്ചതിനു ശേഷം ജന്മത്തിന്റെ പ്രാപ്യസ്ഥാനമായ മോക്ഷം (അഥവാ സുഖത്തിന്റെ പൂർണത) സാക്ഷാത്കരിക്കുന്ന ദർശനം അവതരിപ്പിച്ചുകൊണ്ട് പ്രാർഥന സമാപിക്കുന്നു.

പദങ്ങൾ ലളിതമാണെങ്കിലും അവയുടെ സംയോഗം അനുവാചകരെ ഉദാത്തഭാവത്തിലേക്കുയർത്താനാകുംവിധം വിശുദ്ധമായ പ്രൗഢിയുള്ള താണ്. ആഴം, മഹസ്സ്, ആഴി, നിത്യം, സുഖം എന്നീ പദങ്ങൾ ചെറിയൊരു ശ്ലോകത്തിന്റെ ചട്ടക്കൂടിനുള്ളിൽ പരസ്പരം ലയിച്ചൊന്നായിത്തീരുമ്പോൾ, ഗംഭീരമായ സംഗീതത്തിന്റെ ഉച്ചസ്ഥായിയിലുള്ള സമാപനം പോലെ, അനു വാചകർ അപഹൃതചിത്ത വൃത്തികളായി ജഗദീശരാജ്യ സീമകളിലെ ത്തുന്നു.

ഒന്നാം ശ്ലോകത്തിലെ 'ഭവാബ്ധി'ക്കു പകരം ഇവിടെ, ഈ പത്താം ശ്ലോകത്തിൽ, 'മഹസ്സാമാഴി'യാണ് അവികലശോഭയോടെ നിറഞ്ഞുനില്ക്കു ന്നത്.

ആഴമേറും	=	അളക്കാനാവാത്ത ആഴത്തോടുകൂടിയ
നിൻമഹസ്സാമാഴി	=	നിന്റെ മഹസ്സാകുന്ന സമുദ്രം
മഹസ്സ്	=	തേജസ്സ്

അതിരില്ലാത്ത സാഗരത്തിന്റെ അളവില്ലാത്ത ആഴമായി ദൈവതേജസ്സ് ഇവിടെ ആവിഷ്കരിക്കുന്നു.

ഞങ്ങളാകവേ = ഞങ്ങളെല്ലാവരുമൊരുമിച്ച്. മനുഷ്യരാശിയാകെ യെന്നോ, ജീവജാലങ്ങളാകെയെന്നോ അർഥം പറയാം.

ജീവജാലങ്ങളാകെയെന്ന അർഥമാണ്, ഭാരതീയ പൈതൃകത്തിന്റെ പശ്ചാത്തലത്തിൽ, സ്വീകരിക്കേണ്ടത്. 'ഞാൻ' എന്നല്ല 'ഞങ്ങളാകവേ' എന്നാണെഴുതിയിരിക്കുന്നത്. എനിക്ക് സുഖം ലഭിക്കണമെന്ന പ്രാർഥന നിരർഥകമാണ്. സുഖം ഒരിക്കലും ഒരു വ്യക്തിക്കു മാത്രമായി ലഭിക്കുക യില്ല.

ആഴണം = മുഴുകണം

മനുഷ്യവർഗമൊന്നാകെ ഈശ്വരചൈതന്യത്തിനു വിധേയരായി, ജീവി ക്കാൻ അനുഗ്രഹിക്കുമാറാകണമെന്ന അർഥം സ്വീകരിക്കാം. ദൈവിക ഗുണ ങ്ങളിൽ മാനവരാശി മുഴുകണം.

വാഴണം = അങ്ങനെയൊരവസ്ഥയിൽ. മനുഷ്യരാശി ഒന്നായി ഏകോദര സഹോദര ഭാവേന കഴിയുന്ന അവസ്ഥയിൽ ലോകജീവിതം തുടരുമാറാ കണം.

(അങ്ങനെയൊരവസ്ഥയില്ലാത്തതുകൊണ്ടാണ് ഇന്ന് ജീവിതം ദുഃഖാ ത്മകയമായി തുടരുന്നത്)

നിത്യം വാഴണം = അഖണ്ഡമായ ജീവന്റെ അവിഭാജ്യമായ അംശ മെന്ന നിലയിൽ ഒന്നായി മനുഷ്യവർഗം ഈ ഭൂമിയിൽ ശാശ്വതമായി വാഴണം. അളവില്ലാത്ത കണ്ണുനീർകൊണ്ട് കുതിർന്ന ഈ ഭൂമിയിൽ മനുഷ്യ രേവരും സാഹോദര്യഭാവത്താൽ ഒന്നായിത്തീർന്ന് എക്കാലത്തും വാഴു മാറാകണം. അങ്ങനെ വാഴുന്നതിന്റെ ഫലമാണ് സുഖം.

സുഖം = ആനന്ദം. താത്കാലികമായ ആനന്ദമല്ല, സ്ഥിരമായ ആനന്ദം.

വേദാന്തമനുസരിച്ച് ജനനമരണരൂപമായ സംസാര ജീവിതത്തിൽ നിന്നു വിമുക്തി നേടി സായുജ്യത്തിന്റെ സാന്ദ്രാനന്ദത്തിൽ ആമഗ്നമാവുക എന്ന താണ് ആത്മാവിന്റെ സുഖസ്വരൂപത.

ആനന്ദസാഗരം എന്ന കാവ്യകല്പനയിൽ ഭാരതീയ പൈതൃകത്തിന്റെ ആഴമാണുള്ളത്. പാലാഴിയിലാണ് മഹാവിഷ്ണു പള്ളികൊള്ളുന്നതെ ന്നോർക്കുക. പുരാണങ്ങളിലും ഇതിഹാസങ്ങളിലും ആ കല്പനയുടെ സാന്നിധ്യം തുടരുന്നു. 'സൗഖ്യാംബുധി' എന്ന പ്രയോഗം ശങ്കരാചാര്യ സാഹിത്യത്തിലും കാണാം. "മഹസ്സാമാഴി" എന്നു വായിക്കുമ്പോൾ (അ ല്ലെങ്കിൽ ചൊല്ലുമ്പോൾ) അതിൽ നിന്നുളവാകുന്ന പ്രതീതികൾ എത്ര അഗാധവും ഗഹനവുമാണെന്ന് വ്യക്തമാക്കുന്നതിനുവേണ്ടിയാണ് ഈ പൈതൃകത്തെക്കുറിച്ച് സൂചിപ്പിച്ചത്.

പത്താംശ്ലോകത്തോടുകൂടി പ്രാർഥന സമാപിക്കുന്നു. സംസാര സാഗര ത്തിൽ ദുഃഖത്തിന്റെ തരംഗമാലകളിലകപ്പെട്ടുഴലുന്ന അവസ്ഥയിലാരം ഭിച്ച്, ചൈതന്യസാഗരത്തിൽ ആനന്ദത്തിന്റെ കല്ലോലമാലകളിൽ വിഹരി ക്കുന്ന അവസ്ഥയെ പ്രാപിക്കുന്ന ആത്മീയ യാത്രയാണ് ദൈവദശക ത്തിലെ പ്രമേയം.

യാത്ര തുടരുന്നത്, സംസാരാംബുധിയിലെ വിപത്തുകളിലടിഞ്ഞു പോകാതെ കാത്തുരക്ഷിക്കുന്ന സർവശക്തനായും മോക്ഷം എന്ന ലക്ഷ്യ ത്തിലേക്കു നയിക്കുന്ന നാവികനായും ദൈവത്തെ തിരിച്ചറിഞ്ഞു കൊണ്ടാണ്. ദൈവത്തിൽ മനസ്സ് അസ്പന്ദമാകുന്ന അവസ്ഥയിലേക്ക് ആ തിരിച്ചറിവ് നയിക്കുന്നു. അവിടെ വെച്ച് ജീവൻ നിലനിർത്തുന്നതിനനുപേ ക്ഷണീയമായ അന്നവസ്ത്രാദി മുട്ടാതെ നല്കുന്ന തമ്പുരാനായി ദൈവം

പ്രത്യക്ഷപ്പെടുന്നു. ആ തമ്പുരാന്റെ മഹിമയും മായയും മനുഷ്യവർഗവും അഭേദ്യമാംവിധം ബന്ധപ്പെട്ടിരിക്കുന്നുവെന്ന അവബോധം തുടർന്നുവരുന്നു. ആ അവബോധം അനാവരണം ചെയ്യുന്നതോ, വിസ്മയകരമായ അദ്വൈത രഹസ്യവും! സൃഷ്ടിയും സ്രഷ്ടാവും സൃഷ്ടിജാലവും മായയും മായാ വിനോദനും മാത്രമല്ല, മായയിൽ നിന്നു മോചനം നല്കുന്ന ആര്യനും ഒന്നു തന്നെയാണെന്നുള്ളതാണ് ആ രഹസ്യം. അനാദ്യന്തമായ മഹാകാലവും സത്യവും ജ്ഞാനവും ആനന്ദവും അവിടെ ഏകമാണ്. പിന്നീട്, ഒന്നേ കരണീയമായുള്ളൂ. ഏകാന്താദ്വയമായ ആ തേജസ്സ് ലൗകിക ജീവിത ത്തിനു മേൽ വിജയം വരിക്കണേ എന്നു പ്രാർഥിക്കുക! ആ പ്രാർഥന യുടെ ഫലമായി ഏവരും ദൈവതേജസ്സാകുന്ന ആഴിയിൽ ആഴുകയും വാഴു കയും ചെയ്യുന്നു. അഖണ്ഡവും അനശ്വരവുമായ സുഖം.

വാക്കിനും മനസ്സിനും അപ്രാപ്യമെന്ന് ഋഷികൾ വിവരിക്കാറുള്ള സൂക്ഷ്മമായ ദർശനമാണ് കവിതയുടെ സമാപനത്തിൽ ആയിരം സൂര്യ ന്മാരുടെ ശോഭയോടുകൂടി ഉരുത്തിരിഞ്ഞു വരുന്നത്.

യോഗാത്മക കവിത

പ്രാർഥനയായി നാം ചൊല്ലുന്ന ദൈവദശകം കവിതയെന്ന നിലയിലും ശ്രദ്ധാർഹമാണ്. അതിലെ ഭാഷ പൊതുവിൽ ലളിതവും അനലംകൃതവു മാണെന്ന് പ്രത്യേകം പറയേണ്ടതില്ല. സാധാരണക്കാർക്ക് പരിചിതമല്ലാത്ത പദങ്ങൾ ചുരുക്കം. എങ്കിലും കവിതയിലെ ഭാവസാന്ദ്രത ആസ്വാദനക്ഷമ മാകുന്നതിന് ആവർത്തിച്ചുള്ള വായന ആവശ്യമാണ്. ആവർത്തിച്ചു വായിച്ചാലും അതു പൂർണമായുൾക്കൊള്ളാൻ സാധാരണ മനസ്സുകൾക്കു സാധിക്കുമെന്നു തോന്നുന്നില്ല. എങ്കിലും അതീന്ദ്രിയമായ ഒരന്തരീക്ഷത്തി ലേക്ക് ആ മനസ്സുകൾ ഉയരുമെന്ന കാര്യം തീർച്ചയാണ്.

കവിതയുടെ ഭാവമേഖല അലൗകിക സ്വഭാവമാർന്നതാണെന്നതാണ് അതിനു കാരണം. ലൗകികമായ ആസക്തിയുടെ ബന്ധനത്തിലകപ്പെട്ടു കഴിയുന്ന മനസ്സുകളാണല്ലോ നമ്മുടേത്. അലൗകിക മേഖലയുമായി ബന്ധം സ്ഥാപിക്കാൻ അല്പം ശിക്ഷണം ആവശ്യമാണ്. പേര് സൂചിപ്പി ക്കുന്നതുപോലെ, കവിതയുടെ പ്രമേയം ഈശ്വരപ്രാർഥനയാകുന്നു.

അണ്ഡകടാഹങ്ങളടങ്ങുന്ന പ്രപഞ്ചം, സർവചരാചരങ്ങളുമടങ്ങുന്ന ലോകം ഇവയ്ക്കെല്ലാം പരമകാരണമായതു ദൈവമാകുന്നു. ദൈവം നിർവചനങ്ങളിലൊതുങ്ങുകയില്ല. വിവരണങ്ങളിലുമൊതുങ്ങുകയില്ല. ദേശ കാലങ്ങൾക്കതീതമായ ആ ചൈതന്യം ഇന്ദ്രിയവേദ്യമല്ലതാനും. സർവ സംഗപരിത്യാഗത്തിന്റെ വീഥിയിലൂടെ സഞ്ചരിച്ച് ആത്മസമർപ്പണം സമ്പൂർണമാക്കുന്നവർ ദൈവാനുഭവത്താൽ അനുഗൃഹീതരായിത്തീരുന്നു വെന്നു മാത്രം. അവരത്രെ ദൈവജ്ഞർ, അവരെ മഹർഷിമാർ, ഋഷികൾ എന്നും മറ്റും നാം വിളിച്ചു പോരുന്നു. ആ അനുഗൃഹീതരുടെ ഗണത്തി ലാണ് ഗുരുദേവന്റെ സ്ഥാനം.

ദൈവാനുഭവത്തിന്റെ അനുഗ്രഹം സിദ്ധിച്ചു കഴിഞ്ഞവർക്കുപോലും ആ അനുഭവമെന്തെന്നോ, ദൈവം എന്തെന്നോ വാക്കുകൾകൊണ്ട് വിവരി ക്കാൻ സാധിക്കുകയില്ല. "അതെന്താണെന്ന് എനിക്കറിയാം. പക്ഷേ, അതെ ന്താണെന്നു വിവരിക്കാൻ എനിക്കറിഞ്ഞുകൂടാ" എന്നതാണ് സ്ഥിതി.

ദൈവദശകത്തിലെ പ്രമേയത്തിന്റെ സ്വഭാവമെന്തെന്ന് സൂചിപ്പിക്കാ നാണ് മുകളിലെ ഖണ്ഡിക കുറിച്ചത്. ആവർത്തിച്ചുള്ള വായനയും ധ്യാന

ശീലവും സമ്മേളിപ്പിച്ചുകൊണ്ടു മാത്രമേ പ്രമേയത്തിന്റെ അലൗകിക സ്വഭാവവുമായി ഇണങ്ങുന്ന അവസ്ഥയിലേക്ക് അനുവാചകർക്ക് ഉയരാൻ സാധിക്കുകയുള്ളൂ. അതിനു സഹായകമായ രീതിയിലാണ് ഗുരുദേവനിലെ കവി ഈ കവിതയുടെ ശില്പത്തിനു രൂപം നല്കിയിരിക്കുന്നത്.

മഹർഷിമാർ കവിപ്രതിഭയാലനുഗൃഹീതരാകണമെന്നില്ല. കവികളല്ലെങ്കിലും അവർ ജീവന്മുക്തരായി ലോകക്ഷേമം കൈവരിക്കുന്ന പുണ്യകർമങ്ങളിൽ മുഴുകി ദൈവഹിതം സാക്ഷാത്കരിക്കുന്നു.

എന്നാൽ, ശ്രീനാരായണഗുരുദേവൻ കവിത്വസിദ്ധിയാലനുഗൃഹീതനായ അപൂർവ മഹർഷിയായിരുന്നു. അതുകൊണ്ടാണ് തന്റെ അന്തരംഗത്തിലെ സൂക്ഷ്മാനുഭൂതികൾ ഹൃദയാവർജകമാം വിധം ആവിഷ്കരിക്കുന്നതിൽ അദ്ദേഹം വിജയം വരിച്ചത്. ഹൃദയസ്പർശിയും വികാരജനകവുമായ അനേകം കവിതകൾ അദ്ദേഹത്തിൽ നിന്നും മലയാളത്തിനു ലഭിച്ചിട്ടുണ്ട്. (സംസ്കൃതത്തിനും). അതീന്ദ്രിയമെന്നു പറയാവുന്ന ഭാവവിശേഷങ്ങൾക്ക് ഇന്ദ്രിയ സ്പർശിയായ രീതിയിലാണ് അദ്ദേഹം രൂപം നല്കിയിരിക്കുന്നത്. അവയിൽ സഹൃദയർക്ക് ഒരപൂർവശോഭ അനുഭവപ്പെടുന്നു. സഹൃദയ ഹൃദയങ്ങളെ ഭാവതരളമാക്കാൻ കെല്പുള്ള ഇന്ദ്രജാല ശക്തി അവയിൽ നിലീനമായിരിക്കുന്നു. ശിവശതകം, ജനനീനവരത്നമഞ്ജരി മുതലായ കവിതകൾ ഉദാഹരണം. ഇവയിൽ നിന്നും വ്യത്യസ്തമാണ് ദൈവദശകം.

എങ്ങനെ വ്യത്യസ്തം? ദൈവാനുഭൂതിയുടെ നിസ്സംഗമായ ആവിഷ്കരണമെന്ന നിലയിൽ വ്യത്യസ്തമെന്നർഥം. തിരകളില്ലാത്ത സമുദ്രത്തോട് ദൈവദശകം എന്ന കവിതയെ ഉപമിക്കാം. അളക്കാനാകാത്ത ആഴമാണ് ഈ കവിതയെ സമാവർജകമാക്കുന്നത്. മനനം ചെയ്യുന്ന മനസ്സുകൾക്കു മാത്രമേ ആ ആഴത്തിനു ചലനമുണ്ടെന്ന് അനുഭവിക്കാനാവുകയുള്ളൂ.

'ദൈവമേ' എന്ന സംബോധനയോടെയാണ് കവിത തുടങ്ങുന്നത്. സങ്കടമുണ്ടാകുമ്പോളൊക്കെ 'എന്റെ ദൈവമേ' എന്നു നാം വിളിച്ചു പോകുന്നു. സംസാരജീവിതമാകുന്ന സമുദ്രത്തിലകപ്പെട്ട് വലയുന്നു എന്ന സങ്കടത്തിൽ നിന്നാണ് ഈ സംബോധന ഉയരുന്നത്. പ്രത്യക്ഷത്തിൽ അതു വികാരഭരിതമല്ല. പക്ഷേ, അതിൽ വികാരം ഘനീഭവിച്ചു നിലകൊള്ളുന്നു.

നമ്മുടെ നാട്ടിൽ പ്രചാരമുള്ള മറ്റൊരു പ്രാർഥന ഇവിടെ ഓർത്തുപോകുന്നു.

നരനായിങ്ങനെ ജനിച്ചു ഭൂമിയിൽ
നരകവാരിധി നടുവിൽ ഞാൻ

എന്നാണ് അതാരംഭിക്കുന്നത്. ഇതിലെ വാക്കുകളിൽ സങ്കടഭാവം പ്രത്യക്ഷത്തിൽ തന്നെ മുറ്റിനില്ക്കുന്നു. ദൈവദശകത്തിലെ സംബോധനയുടെ സ്വഭാവം അതല്ല. യോഗിയായ കവിയുടെ തൂലികയിൽ നിന്നു രൂപംകൊണ്ടു എന്നതാണ് ഈ വ്യത്യാസത്തിനു കാരണം. അതേസമയം തന്നെ, ആ സംബോധനയിൽനിന്ന് അദൃശ്യമായ ദൈവസാന്നിധ്യം അനുഭവിക്കുന്ന പ്രതീതി നമ്മിലുണരുകയും ചെയ്യുന്നു.

“കാത്തുകൊൾകങ്ങ് കൈവിടാതിങ്ങു ഞങ്ങളെ’ എന്ന വാക്കുകളാണ് സംബോധനയ്ക്കു പിന്നാലെ വരുന്നത്. “കൈവിടാതെ എപ്പോഴും കാത്തു കൊള്ളണേ എന്റെ ദൈവമേ” എന്ന രീതിയിലാണ് അതു മനസ്സിൽ പതിയുക. മാതാവിന്റേയോ പിതാവിന്റേയോ കൈയിൽ പിടിച്ചുകൊണ്ടു പിച്ച വച്ചു നടക്കുന്ന പിഞ്ചുകുഞ്ഞുങ്ങളുടെ ചിത്രം ഇവിടെ നമ്മുടെ അന്തർനേത്ര ങ്ങൾക്കു മുമ്പിൽ തെളിഞ്ഞുവരുന്നു. മാതാവോ, പിതാവോ മാത്രമാണ് അവിടെ ആശ്രയം. അതുപോലെ, ജീവിതയാത്രയിൽ നമ്മുടെ ഏകമായ ആശ്രയം ദൈവമാണ് എന്ന ബോധം ഈ വാക്കുകൾ നമ്മിൽ സൃഷ്ടിക്കുന്നു.

‘ഞങ്ങളെ’ എന്ന വാക്കിനു മുമ്പ് ‘ഇങ്ങ്’ എന്ന വാക്ക് നാം കാണുന്നു. ആ വാക്ക് ലൗകികജീവിതത്തെയാണുദ്ദേശിക്കുന്നതെന്ന് മറ്റാരും പറഞ്ഞു തരാതെ തന്നെ നാം മനസ്സിലാക്കുന്നു. ലൗകിക ജീവിതത്തിൽ മറ്റാളുകളുമായി ബന്ധപ്പെട്ടാണ് ഓരോ വ്യക്തിയും കഴിഞ്ഞുകൂടുന്നത്. ആ ബന്ധപ്പെടലിൽ സഹകരണം മാത്രമല്ല, മാത്സര്യവും സ്വാഭാവികമായി കടന്നുവരുന്നു. മാത്സര്യത്തിൽ ദുർവാസനകളും പങ്കുവഹിക്കുന്നു. വിജയം വരിക്കുന്നതു ദുർവാസനകളാണെന്ന് പലപ്പോഴും തോന്നിപ്പോകുന്നു. അധാർമികതയുടെ അപഥമാർഗത്തിലേക്ക് വ്യതിചലിക്കുന്നതിന് ആ ദുർവാസനകൾ കാരണമായിത്തീരുന്നു. സംഘർഷവും സംഘട്ടനവും അവയിൽ നിന്നുളവാകുന്ന പലതരം വിപത്തുകളും അപ്പോൾ ജീവിതത്തെ കലുഷമാക്കുന്നു.

കാലുഷ്യത്തിന്റെ അന്തരീക്ഷത്തിൽ കാഴ്ച ദുർബലമാകുന്നു. ദുർബലമാവുക മാത്രമല്ല, ചിലപ്പോൾ കാഴ്ചയില്ലാതാവുകയും ചെയ്യുന്നു. അന്ധത (മാനസികമായ അന്ധത) പാപകർമങ്ങൾക്ക് കാരണമായിത്തീരുന്നു. അപ്പോൾ ലോകജീവിതം ശോകനാടകമായി മാറുന്നു. മനുഷ്യന്റെ ജീവിതത്തിൽ ആവർത്തിച്ചുകൊണ്ടിരിക്കുന്ന പാപകർമങ്ങളുടെ ശോകനാടകം ചിന്താവിഷയമാക്കാൻ പലരും തുനിയാതിരുന്നിട്ടില്ല. നെടുവീർപ്പോടുകൂടി അവർ ഒടുവിൽ പറയുന്നു. എങ്ങനെയാണു ജീവിതം നന്നാക്കേണ്ടതെന്നു മനസ്സിലാക്കാൻ തുടങ്ങുമ്പോഴേക്കും ആയുസ്സവസാനിച്ചു പോകുന്നു! അത്ര ക്ഷണികമാണു ലോകജീവിതം. ശോകത്തിന്റെ ദൂഷിത വലയമായ ഈ സംസാര ജീവിതത്തെയാണ് ‘ഇങ്ങ്’ എന്ന വാക്കു സൂചിപ്പിക്കുന്നത്. ആ വലയത്തിൽ ഒരു ചുഴിയിലെന്നപോലെ അകപ്പെട്ടുപോകാതെ ഞങ്ങളെ കാത്തുകൊള്ളണേ എന്നാണു പ്രാർഥന.

സമുദ്രമായി സംസാര ജീവിതം പ്രത്യക്ഷമാകുന്നത് ഈ സന്ദർഭത്തിലാണ്. ‘ഭവാബ്ധി’ എന്ന പ്രയോഗം ശബ്ദത്തിന്റേയും അർഥത്തിന്റേയും ശക്തിയായി അനുവാചകരുടെ മനസ്സിൽ പതിയുന്നു. ‘ഭവം’ എന്ന ശബ്ദത്തിൽ ജനന-മരണങ്ങൾ എന്ന ആശയം അടങ്ങിയിരിക്കുന്നു. അപ്പോൾ, കാലത്തിന്റെ കടലിൽ ജനനമരണങ്ങളിലൂടെ മുങ്ങിയും പൊങ്ങിയും നീന്തിക്കുഴഞ്ഞ് വശംകെടുന്ന പ്രതീതിയാണ് അതുളവാക്കുക.

ഈ ജീവിതത്തിൽ തന്നെ നാം പലതവണ ജനിക്കുകയും മരിക്കുകയും ചെയ്തുകൊണ്ടിരിക്കുന്നുവെന്ന വസ്തുത പ്രത്യേകം ഓർമിപ്പിക്കേണ്ടതുണ്ടോ?

നടുക്കടലിൽ കര കാണാതെ – കരയിലേക്ക് നീങ്ങാൻ ദിക്കറിയാതെ – വലയുന്ന നിസ്സഹായാവസ്ഥയിൽ* അതാ ഒരു കപ്പൽ വന്നണയുന്നു. രക്ഷിക്കുകയും കരയിലെത്തിക്കുകയും ചെയ്യുമെന്നുറപ്പുള്ള കപ്പൽ. ദൈവം എന്ന പദമാണ് ആ കപ്പൽ. അതു ദൈവ പാദവുമാണ്. ആ പദത്തേയും ആ പാദത്തേയും ആശ്രയിക്കുകയേ വേണ്ടൂ – നാം രക്ഷപ്രാപിക്കുകയും പ്രാപ്യസ്ഥാനമണയുകയും ചെയ്യുമെന്ന കാര്യം തീർച്ചയാണ്. പ്രാപ്യസ്ഥാനം ഏതാണെന്ന് പത്താംശ്ലോകം സ്പഷ്ടമായി വെളിപ്പെടുത്തുന്നു. അതും സമുദ്രം തന്നെ. സംസാര സമുദ്രമല്ല – ജനന മരണങ്ങളില്ലാത്ത, അശാന്തിയുടെ തിരമാലകളിളകാത്ത – തേജസ്സിന്റെ സമുദ്രമാണത് (നിൻമഹസ്സാമാഴി, അഥവാ നിത്യമായ ആനന്ദത്തിന്റെ സമുദ്രം).

സംസാരസമുദ്രത്തിലാരംഭിച്ച് തേജോസമുദ്രത്തിലെത്തുന്ന ആത്മീയ പ്രയാണത്തിന്റെ ആവിഷ്കരണമാണ് ദൈവദശകം. വൃത്താകാരമായ രൂപശില്പമേ ആ ആവിഷ്കരണത്തിനിണങ്ങുകയുള്ളൂ. ഗുരുദേവനിലെ കവി എത്ര ഔചിത്യപൂർവമാണ് പ്രമേയോചിതമായ ഈ രൂപശില്പം സൃഷ്ടിച്ചിരിക്കുന്നത്.

ആ പ്രയാണം വിജയിക്കുന്നതിന് സമ്പൂർണമായ (ഏകാഗ്രമായ) സമർപ്പണം അനുപേക്ഷണീയമാണ്. ലോകത്തിലെ സർവത്തിനും പരമകാരണം ബ്രഹ്മമാണെന്നറിഞ്ഞുകൊണ്ട് ആ ഏക സത്യത്തിൽ – ദൈത്തിൽ – മനസ്സ് സ്ഥിരമായി വർത്തിച്ചേ തീരൂ.

ഇന്ദ്രിയങ്ങളിലൂടെ പ്രത്യക്ഷമാകുന്നതൊക്കെയും നശ്വരമാണെന്നും അവ സനാതനമായ സത്യത്തിന്റെ താത്കാലികമായ സ്ഫുരണങ്ങൾ മാത്രമാണെന്നും സൂക്ഷ്മപരിശോധനയിൽ (തൊട്ടുതൊട്ടെണ്ണിക്കഴിയുമ്പോൾ) ബോധ്യമാകുന്നു. ആ ബോധ്യം സനാതനസത്യമായ ബ്രഹ്മത്തിൽ സദാസമയവും മനസ്സുറച്ചു നില്ക്കുന്നതിനിടയാക്കുകയും ചെയ്യുന്നു.

അപ്രകാരം ഏകസത്യമായ ദൈവത്തിൽ മനസ്സുറയ്ക്കുമ്പോൾ ലൗകിക ജീവിതം പുലരുന്നതിനാവശ്യമായതൊക്കെയും (അന്നവസ്ത്രാദി...) നല്കിക്കൊണ്ടിരിക്കുന്ന ദൈവം മാത്രമാണ് ജീവജാലങ്ങൾക്കാകെ തമ്പുരാനായിട്ടുള്ളതെന്ന് മറ്റാരും പറഞ്ഞുതരാതെതന്നെ നാം ആഴത്തിലറിയുന്നു. ആ അറിവ് അതിനപ്പുറമുള്ള ഗഹനമായ മറ്റൊരറിവിന്റെ കവാടം തുറന്നു തരുന്നു. കാണുന്നതും കാണാത്തതുമായ സർവവും അഭേദ്യമായ പരസ്പരബന്ധത്തിലാണ് കഴിയുന്നതെന്ന അറിവാണത്. സമുദ്രവും തിരയും കാറ്റും ആഴവും പോലെ ഈ പ്രപഞ്ചത്തിലെ സമസ്ത ചരാചരങ്ങളും ഏകമായ ചൈതന്യത്തിന്റെ പലതരം സ്ഫുരണങ്ങൾ മാത്രമാണെന്ന തിരിച്ചറിവ്.

എന്നാൽ സമസ്ത ചരാചരങ്ങളും അനേകമായിട്ടല്ലേ ഇന്ദ്രിയങ്ങൾക്ക് പ്രത്യക്ഷമാകുന്നതെന്ന ചോദ്യം ഇവിടെ ഉയരുന്നു. അല്ലെന്നു പറയാൻ അനുദിന ജീവിതാനുഭവം നമ്മെ അനുവദിക്കുന്നില്ല. അപ്പോൾ പലതായി കാണപ്പെടുന്ന സർവവും ഏകമാണെന്ന് എങ്ങനെ പറയും? അങ്ങനെ പറയുന്നത് അനുഭവത്തിനു വിരുദ്ധമല്ലേ?

ഈ ചോദ്യത്തിനുത്തരമായാണ് 'മായ' എന്ന പദം കടന്നുവരുന്നത്. മായ ബ്രഹ്മത്തിന്റെ ഭാഗമാണ്, എന്നാൽ മിഥ്യയുമാണ്. ഇതത്രെ മായയുടെ മാന്ത്രിക സ്വഭാവം. മായയുടെ പ്രവർത്തനം മൂലമാണ് നശ്വരവും, (നശ്വരമായതുകൊണ്ട് മിഥ്യയുമായ) ഇന്ദ്രിയവേദ്യവുമായ ലോകം സത്യമാണെന്നു നമുക്കു തോന്നിപ്പോകുന്നത്. കടലിന്റെ തിരമാലകൾ പോലെയാണു മായ. തിരമാലകൾ നിരവധി. അവ ഇന്ദ്രിയ വേദ്യവുമാണ്. പ്രത്യക്ഷമാവുകയും മറയുകയും ചെയ്യുന്നു എന്നതാണ് അവയുടെ സ്വഭാവം. പക്ഷേ, അവയെല്ലാം തന്നെ കടലിന്റെ ഭാഗമാണ്. കടലിൽ നിന്ന് രൂപം പ്രാപിക്കുന്നു. കടലിൽ തന്നെ വിലയം കൊള്ളുന്നു. കടലാണു നിത്യത. കടലിന്റെ ഭാഗമായുയർന്ന് വീണ്ടും കടലിൽ മറയുന്നു എന്ന അവസ്ഥ മാത്രമേ തിരകൾക്കുള്ളൂ.

ആ തിരിച്ചറിവുണ്ടാകുന്നതോടുകൂടി ഒരു പരമാർഥം വെളിപ്പെടുന്നു. സൃഷ്ടിയും സ്രഷ്ടാവും സൃഷ്ടിജാലവും മാത്രമല്ല, സൃഷ്ടിക്കുള്ള സാമഗ്രിയും ദൈവം മാത്രമാണെന്നതാണ് ആ പരമാർഥം. അവയെല്ലാം ഒരുമിച്ചു ചേരുമ്പോൾ പ്രപഞ്ചം ഒരു മായാജാലത്തിന്റെ പ്രതീതിയുളവാക്കുന്നു. ആ മായാജാലം പ്രകടിപ്പിക്കുന്നതാരാണ്? ദൈവം തന്നെ. ദൈവം മായാവിനോദനുമാണ്.

അവിടംകൊണ്ട് പരമാർഥം അവസാനിക്കുന്നില്ല. മായയെ നീക്കം ചെയ്ത് സായുജ്യം നല്കുന്നതും ദൈവം തന്നെയാണ്. അണ്ഡകടാഹങ്ങളടങ്ങുന്ന മഹാപ്രപഞ്ചം ദൈവമഹിമയുടെ ലീലാവിലാസങ്ങൾ മാത്രം.

സ്വഭാവനിർണയത്തിനതീതമായി വർത്തിക്കുന്ന ദൈവചൈതന്യം സൂക്ഷ്മസ്വഭാവങ്ങളിലൂടെയാണു സുഗ്രാഹ്യമാവുന്നത്. ദൈവം സത്യമാകുന്നു. പരമമായ അസ്തിത്വം ദൈവമായതുകൊണ്ട് ദൈവമല്ലാതെ മറ്റൊരു സത്യമില്ല. ദൈവം ജ്ഞാനമാകുന്നു. ദൈവം ആനന്ദമാകുന്നു. അങ്ങനെ സച്ചിദാനന്ദസ്വരൂപമായ ദൈവം കാലാതിവർത്തിയായി പരിലസിക്കുന്നു.

ഇന്ദ്രിയവേദ്യമായ ലോകത്തിൽ സൂര്യോദയവും സൂര്യാസ്തമയവും അനുഭവപ്പെടുന്നു. ഭൂതം, വർത്തമാനം, ഭാവി എന്നിങ്ങനെ നാം കല്പിച്ചുപോരുന്ന കാലത്രയം സൂര്യോദയാസ്തമയരൂപമായ പ്രത്യക്ഷ ലോകത്തിനു മാത്രമേ ബാധകമാകുന്നുള്ളൂ. എന്നാൽ ഭൂതവർത്തമാനഭാവികളെന്ന രൂപത്തിൽ പ്രത്യക്ഷമാകുന്ന കാലം, അനന്തവും നിത്യവുമായ മഹാസാഗരത്തിൽ തിരകൾ പോലെ, സനാതനമായ മഹാകാലത്തിൽ താത്കാലികമായി പ്രത്യക്ഷമാകുന്ന കുമിളകൾ മാത്രമാണ്. കുമിളകൾ നിഴലുകൾ പോലെ മിഥ്യയാണ്. സനാതനമായ ആ മഹാകാലമത്രെ ദൈവം.

നിത്യതയെ സംബന്ധിക്കുന്ന അവബോധമാണ് ആ അറിവ് നമ്മിൽ സൃഷ്ടിക്കുക.

ദൈവാനുഭവസിദ്ധിയാൽ അനുഗൃഹീതനായ മഹാഗുരു ഏകാന്തതയിലോതുന്ന പ്രണവ മന്ത്രത്തിൽ നിന്ന് ധ്യാന ശീലനായ ശിഷ്യന് ഈ രൂപം ഉൾക്കൊള്ളാനാവുന്നു. അങ്ങനെയൊരു ശിഷ്യൻ ദൈവസാന്നിധ്യം നുകരുകയും ചെയ്യുന്നു.

ബാഹ്യലോകത്തിലും ആന്തരികലോകത്തിലും ഒരുപോലെ തിങ്ങി നില്ക്കുന്നു എന്നത് ദൈവമഹിമയുടെ സ്വഭാവമാകുന്നു. ആ മഹിമ സദാ സമയവും പുകഴ്ത്തുന്നതിൽ കൂടിയല്ലാതെ നമുക്ക് ദുരാഗ്രഹമാകുന്ന കാരാഗൃഹത്തിൽ നിന്നു പുറത്തു കടക്കുക സാധ്യമല്ല. നശ്വരതയുടെ വികൃത സന്താനമാണ് ദുരാഗ്രഹം. അതറിഞ്ഞുകൊണ്ട് 'ഭഗവാനേ, ഞങ്ങൾ അങ്ങയെ നിരന്തരം പുകഴ്ത്തുന്നു' എന്ന് നാം ആവർത്തിക്കേണ്ടതാണ്.

ഭഗവാനേ! ജയിക്കുക!

ഞങ്ങളുടെ മലിനവാസനകൾക്കുമേൽ ദൈവമേ, അങ്ങയുടെ മഹിമാവ് വിജയിച്ചരുളാതെ ഞങ്ങൾക്ക് ഉൽക്കർഷം പ്രാപിക്കാനാവുകയില്ലല്ലോ. അതിനാൽ ഞങ്ങൾ ആവർത്തിക്കുന്നു.

> മഹാദേവാ, ജയിച്ചാലും
> ദീനാവനപരായണാ, ജയിച്ചാലും
> ചിദാനന്ദ, ജയിച്ചാലും!
> ദയാസിന്ധോ, ജയിച്ചാലും!

ജയിക്കുന്നതിന്റെ രീതിയെന്തെന്ന് പദപ്രയോഗങ്ങളിൽ നിന്ന് മനസ്സിലാക്കേണ്ടതാണ്.

ദീനാത്മാക്കളെ പരിപാലിച്ചു പരിരക്ഷിക്കുന്നതിൽ തത്പരനായ മഹാദേവാ, ഞങ്ങളുടെ കർമങ്ങളിൽ എല്ലായ്പോഴും ദീനാത്മാക്കളെ കാണുന്നതിനും അവരെ സംരക്ഷിക്കുന്നതിനുമുള്ള വാസനകൾ വിജയം വരിക്കാൻ അവിടുന്നു ആധിപത്യം സ്ഥാപിച്ചുകൊണ്ടിരിക്കുന്നതിന് അനുഗ്രഹിച്ചാലും. ദുരിതങ്ങൾക്കിടയിലും ഞങ്ങൾക്ക് ആനന്ദസ്വരൂപനായ അവിടുന്ന് ആനന്ദത്തിന്റെ ഒരു കണികയെങ്കിലും പകർന്ന് തന്ന് വിജയിച്ചാലും.

ആ ആനന്ദത്തിന്റെ ബലത്തിൽ സഹജാതരെ ദയാവായ്പോടുകൂടി പരിചരിക്കാനുള്ള പ്രേരണ ചെലുത്തി ഞങ്ങളുടെ ജീവിതങ്ങളിൽ ദയാസമുദ്രമായ അങ്ങ് വിജയിച്ചരുളിയാലും! കാരുണ്യത്താൽ പ്രേരിതമായ കർമങ്ങളിലൂടെയാണ് ഭഗവാന്റെ വിജയം ആവിഷ്കൃതമാകുക.

ക്ഷുദ്രമായ വ്യാമോഹങ്ങളിലകപ്പെട്ട്, നിഴലുകൾക്ക് തുല്യമായ ക്ഷണിക സുഖങ്ങൾ കൈക്കലാക്കാനുള്ള നിരർഥകമായ പരിശ്രമങ്ങളിലേർപ്പെട്ടാണ് നാം കഴിയുന്നത്. അപ്രകാരം ജീവിതം വ്യർഥമാക്കാനുള്ള ദുർവാസനകളാണ് നമ്മെ (നിത്യജീവിതത്തിൽ) നയിച്ചുകൊണ്ടിരിക്കുന്നത്.

ദൈവത്തിന്റെ വിജയം ജീവിതത്തിൽ സ്ഥാപിതമാകാതെ ആ അവസ്ഥ യിൽ നിന്നു രക്ഷ പ്രാപിക്കാൻ നമുക്കാവുകയില്ല.

അതിനാൽ മഹാദേവ, ദീനാവനപരായണാ, ചിദാനന്ദാ അങ്ങയുടെ ചൈതന്യം എപ്പോഴും ഞങ്ങളിൽ ആധിപത്യം പുലർത്തി വിജയിച്ചരുളു മാറാകണേ.

ഓരോ നിമിഷവും ഈ പ്രാർഥന തുടരേണ്ടതാകുന്നു. അതിന്റെ ഫല മായി ഞങ്ങളെല്ലാവരും അങ്ങയുടെ മഹസ്സാകുന്ന (തേജസ്സാകുന്ന) മഹാ സാഗരത്തിൽ - അളവില്ലാത്ത ആഴത്തോടുകൂടിയ മഹാസാഗരത്തിൽ അലിഞ്ഞുചേരുന്നതിന് അനുഗ്രഹിച്ചാലും. തേജസ്സിന്റെ ആ സമുദ്രത്തിൽ സുഖം മാത്രമേയുള്ളൂ. അളവില്ലാത്ത സുഖം. നിത്യമായ സുഖം.

രണ്ട്

ലോകജീവിതം ശോകപൂരിതമാണെന്ന വാസ്തവം ഉൾക്കാഴ്ചയോടെ കാണുന്നു എന്ന സ്വഭാവം ലോകഗുരുക്കന്മാരിലും പ്രവാചകന്മാരിലും നിയമേന കണ്ടുപോരുന്ന ഒരു സവിശേഷതയാണ്. നിരീക്ഷണത്തേക്കാള ധികമായി അന്തർദർശനമാണ് ആ സവിശേഷതയ്ക്ക് പിന്നിലുള്ളത്. ദർശന ത്തിന്റെ (Vision) ഭാഗമാണതെന്നു പറയുകയാണു ശരി.

എന്നാൽ, ഭാവിയെ സംബന്ധിക്കുന്ന സ്വപ്നതുല്യമായ കാഴ്ചയാണ് ദർശനത്തിന്റെ മുഖ്യഭാഗമെന്ന സത്യം മറന്നുകൂടാത്തതാകുന്നു. അതാണ് ദർശനത്തിലെ ചൈതന്യം.

സ്വപ്നതുല്യമെന്നു വിശേഷിപ്പിക്കാവുന്ന ആ കാഴ്ചയുടെ ആദ്യഭാഗ മാണ് ഗുരുദേവൻ 1888-ൽ അരുവിപ്പുറത്ത് പ്രകാശിപ്പിച്ചത്. ഏവർക്കുമറി യാവുന്നതാണെങ്കിലും ആ ശ്ലോകം വീണ്ടും ഇവിടെ ഉദ്ധരിക്കുന്നു.

ജാതിഭേദം മതദ്വേഷം
ഏതുമില്ലാതെ സർവരും
സോദരത്വേന വാഴുന്ന
മാതൃകാ സ്ഥാനമാണിത്.

ശ്ലോകത്തിലെ 'ഇത്' എന്ന പദം ഈ ലോകത്തെ പ്രതിനിധാനം ചെയ്യുന്നു. വിഭാഗീയതയും ദ്വേഷവുമില്ലാതെ മനുഷ്യരേവരും സാഹോദര്യ ത്തിന്റെ സുഖമാസ്വദിക്കുന്ന ലോകം - ഗുരുദേവ ദർശനത്തിന്റെ പ്രബല മായ വശം അതാണ്. അതിനു പൂരകമായി വർത്തിക്കുന്നതാണ് ദൈവ ദശകം പത്താം ശ്ലോകത്തിലെ സുഖവിവരണം. ദൈവതേജസ്സാകുന്ന ആഴി യിൽ ആമഗ്നമാകുന്നതിന്റെ പരിണത ഫലമായി ഉദയം ചെയ്യുന്ന നിത്യ സുഖമാണത്. ആ കല്പനയിൽ ആത്മീയത തുളുമ്പിനില്ക്കുന്നു.

ലൗകികവും ആത്മീയവുമായ വശങ്ങൾ രണ്ടും ഗുരുദേവ ദർശനത്തിൽ സമഞ്ജസമായി ഇണങ്ങിച്ചേരുന്നു. വാസ്തവത്തിൽ അവ രണ്ടല്ല, ഒന്നിന്റെ അംശങ്ങൾ മാത്രമാണ്. 1907-ൽ കുമാരനാശാൻ പ്രകാശിപ്പിച്ച 'അദ്വൈത

ജീവിതം' എന്ന ഗുരുസന്ദേശം ഇവിടെ ഓർമിക്കേണ്ടതാണ്. ഗുരുദേവൻ നിർദേശിച്ചതനുസരിച്ചാണ് ആശാൻ ഈ സന്ദേശം പ്രകാശനം ചെയ്തത്. അതാരംഭിക്കുന്നത് ഇപ്രകാരമാണ്,

"മനുഷ്യരെല്ലാവരും ഒരുപോലെ ആഗ്രഹിക്കുന്നതു സുഖത്തെയാണ്. ലൗകികമായും വൈദികമായും നടത്തപ്പെട്ടുവരുന്ന എല്ലാ സഭകളുടേയും പരമാവധിയും ഇതുതന്നെ. ക്ഷണഭംഗുരങ്ങളായ വിഷയസുഖങ്ങളേക്കാൾ മനുഷ്യാത്മാവിന് അധികം പ്രിയം കാണുന്നത് സുചിരമായി - ശാശ്വതമായി - വിളങ്ങുന്ന സുഖത്തിലാണ്. ഇതിനെ ലക്ഷീകരിച്ചുകൊണ്ട് മനുഷ്യാത്മാവ് ഒരു മഹത്തായ യാത്ര ചെയ്യുകയാണ്."

മൂന്നു ഖണ്ഡികകളുള്ള ഈ സന്ദേശം അവസാനിക്കുന്നതെങ്ങനെയെന്നുകൂടി ശ്രദ്ധിക്കേണ്ടതാണ്.

"ലൗകികവും ആത്മീയവും രണ്ടും രണ്ടല്ല. അവ രണ്ടും വാസ്തവത്തിൽ ഒരേ ഉദ്ദേശ്യത്തോടെ പ്രവർത്തിക്കുന്നു. ശരീരത്തിന്റെ എല്ലാ അംഗങ്ങളുടേയും ഒത്തുള്ള പ്രവൃത്തിയാൽ ശരീരം സുഖം അനുഭവിക്കുന്നു. അതുപോലെ മനുഷ്യസമുദായത്തിന്റെ പരമലക്ഷ്യമായ സുഖപദത്തെ പ്രാപിക്കുവാൻ ആത്മീയമായും ലൗകികമായുമുള്ള സർവവിധ ഏർപ്പാടുകളുടേയും ഏകോപിപ്പിച്ചുള്ള പ്രവൃത്തി ആവശ്യമാണ്."

'മനുഷ്യാത്മാവ്' നടത്തുന്ന 'മഹത്തായ യാത്ര' എന്ന് ആദ്യഖണ്ഡികയിലും, 'സുഖപദം പ്രാപിക്കുവാൻ' എന്ന് അവസാന ഖണ്ഡികയിലും തെളിഞ്ഞു കാണുന്ന പ്രയോഗങ്ങളിൽ ദൃഷ്ടിവെക്കേണ്ടതാണ്. അപ്പോൾ എന്താണ് മനസ്സിലാകുക? ദൈവതേജസ്സാകുന്ന ആഴിയിലാമഗ്നരായി ഏവരുമൊരുപോലെ സുഖം നുകരണമെങ്കിൽ ദീനാവനപരായണരാവുക എന്ന വിശുദ്ധ കർത്തവ്യം ഏവരും ഏറ്റെടുക്കേണ്ടതാണെന്നു തന്നെ.

മനുഷ്യാത്മാവ് നടത്തുന്ന മഹത്തായ യാത്ര അതിന്റെ ലക്ഷ്യം പ്രാപിക്കണമെങ്കിൽ ദൈവികമായ ചുമതലകൾ അനുഷ്ഠിച്ചേ തീരൂ. ഏവരും സോദരരാണെന്ന ബോധമാണ് ആ അനുഷ്ഠാനത്തിന്റെ ഉറവിടം. ദുരിതങ്ങളിൽ നിപതിച്ചു പോയ സഹജാതരെ അനുതാപത്തോടെ കാണാൻ കണ്ണുകൾക്ക് കഴിവുണ്ടാകണം. കദനത്തിന്റെ കാഠിന്യത്തിൽ നിന്നുയരുന്ന ദീനവിലാപങ്ങൾ കേൾക്കാൻ കാതുകൾക്ക് അലിവുണ്ടാകണം. ആ രീതിയിലാണ് മനുഷ്യത്വം ഉണരുന്നത്. ദൈവം നമ്മുടെ ജീവിതത്തിൽ വാഴുന്നതും വിജയം വരിക്കുന്നതും അപ്രകാരം തന്നെ. ദയാസിന്ധുവും ദീനാവനപരായണനുമായ മഹാദേവാ, ജയിച്ചാലും എന്നു പ്രാർഥിക്കുന്നതിന്റെ അർഥം അതാണ്.

അപ്പോൾ മനുഷ്യരാശിയനുഭവിക്കുന്ന സങ്കടം നമുക്ക് ചിന്താവിഷയമായിത്തീരുന്നു (തിരകൾ കടലിന്റെ ഭാഗമാണെന്നതുപോലെ നാം മനുഷ്യരാശിയുടെ ഭാഗമാണ്.) അതിനാൽ മനുഷ്യരുടെ സങ്കടങ്ങളിൽ നിന്നൊഴിഞ്ഞു നിൽക്കുന്നതു പാപമാണ്. ഒഴിഞ്ഞു നിന്നുകൊണ്ടുള്ള ദൈവപൂജയിലെന്താണൊരർഥം?

സങ്കടത്തെക്കുറിച്ചു പറയുമ്പോൾ ബുദ്ധഭഗവാന്റെ വാക്കുകൾ ഓർക്കാതിരിക്കുക സാധ്യമല്ല. ഭഗവാൻ പറഞ്ഞു, ലോകത്തിൽ മനുഷ്യർ ചൊരിയുന്ന കണ്ണുനീരിന്റെ അളവെടുത്താൽ അത് സപ്തസാഗരങ്ങളിലെ ഉപ്പുവെള്ളത്തേക്കാൾ എത്രയോ അധികമായിരിക്കും! ഹൃദയസ്പൃക്കായ വാക്കുകൾ.

ആ കണ്ണീർക്കടലിനെക്കുറിച്ചോർമിക്കുകയും, അതേക്കുറിച്ചാലോചിക്കുകയും ചെയ്യുമ്പോഴാണ് നാം മനുഷ്യരാകുന്നത്. (മനുഷ്യത്വമാണ് മനുഷ്യന്റെ ജാതി എന്ന ഗുരുദേവസൂക്തം ഒരിക്കലും മറക്കാൻ പാടില്ലാത്തതാകുന്നു) അങ്ങനെ ആലോചിക്കുമ്പോൾ കണ്ണീരിന്റെ ഉറവിടമായ ദുഃഖം രണ്ടു കള്ളികളിലായി തിരിയുന്നത് ആദ്യംതന്നെ നാം കാണുന്നു. പരിഹാരം ഇല്ലാത്തതും പരിഹാരമുള്ളതുമായ ദുഃഖങ്ങൾ എന്നിങ്ങനെ രണ്ടു കള്ളികൾ.

രോഗം, മരണം, വാർധക്യം, വേർപാട് മുതലായവ മനുഷ്യരെ എപ്പോഴും ദുഃഖാധീനരാക്കുന്നു. അവയില്ലാതാക്കാൻ മനുഷ്യന്റെ കഴിവുകൾക്ക് സാധിക്കുകയില്ല. എന്നാൽ ദാരിദ്ര്യം, അടിമത്തം, അനീതി, ചൂഷണം മുതലായവ മൂലമുണ്ടാകുന്ന സങ്കടങ്ങൾക്ക് പരിഹാരമുണ്ടാക്കാൻ കഴിയും. പരിഹരിക്കുന്നതിനാവശ്യമായ ധർമബോധവും പരിജ്ഞാനവും ഇച്ഛാശക്തിയുമുണ്ടായാൽ മതി.

പരിജ്ഞാനത്തിനാധാരമായ പ്രത്യയശാസ്ത്രം ഇന്നു മനുഷ്യർക്കധീനമാണ്. ദേശകാലങ്ങൾക്കിണങ്ങുന്ന രീതിയിൽ അത് പ്രാവർത്തികമാക്കാനുള്ള ധർമബോധമേ നാം നേടിയെടുക്കേണ്ടതുള്ളൂ. അതോടൊപ്പം ഇച്ഛാശക്തിയും. ആ ധർമബോധത്തിലാണ് ദീനാവനപരായണനായ ദൈവം കുടികൊള്ളുന്നതെന്ന തിരിച്ചറിവിലേക്ക് നാം വളർന്നാൽ മതിയാകും. തിരിച്ചറിവിലേക്ക് എങ്ങനെ വളരും എന്ന ചോദ്യം ഇവിടെ ഉയർന്നുവരുന്നു. എങ്ങനെ ഉയരും?

അധികാരമോഹവും ലാഭേച്ഛയും പൈശാചികമായ ദുർവാസനകളായി മനുഷ്യസ്വഭാവത്തെ ബാധിച്ചിരിക്കുന്ന ദുരവസ്ഥയാണ് ഈ ചോദ്യത്തെ അഭിമുഖീകരിക്കുമ്പോൾ നാം കാണുന്ന ഭീകര ദൃശ്യം. അതിലെ നായകപാത്രങ്ങൾ ദൈവനിഷേധികളായ പാഷണ്ഡന്മാരാണ്. അവരെ ദൈവഹിതാനുവർത്തികളാക്കി മാറ്റുക എന്ന ഭഗീരഥ പ്രയത്നത്തെക്കുറിച്ചാലോചിക്കാൻ ഗുരുദേവന്റെ അനുയായികൾ ബാധ്യസ്ഥരാണെന്നതിനപ്പുറം മറ്റൊന്നും പറയാൻ ഞാനാളല്ല.

അവിടേയും ഗുരുദേവൻ മാർഗനിർദേശം നല്കിയിട്ടുണ്ടെന്ന വസ്തുത അനുയായികളുടെ മനസ്സിൽ പതിയേണ്ടതാണ്. 'വിദ്യകൊണ്ട് സ്വതന്ത്രരാവുക' എന്ന വാക്കുകളിൽ ആ നിർദേശം അടങ്ങിയിരിക്കുന്നു. സ്വാതന്ത്ര്യബോധം അതിന്റെ തനിമയിൽ പ്രകാശിക്കുന്നത് മറ്റുള്ളവരുടെ സ്വാതന്ത്ര്യം അംഗീകരിക്കുന്നതിൽ കാണിക്കുന്ന ഔദാര്യത്തിലാണ്. സ്വാതന്ത്ര്യമില്ലാത്തവർക്ക് സ്വാതന്ത്ര്യം നേടിക്കൊടുക്കുന്നതിനുള്ള പരിശ്രമവും ആ

ഔദാര്യത്തിൽപ്പെടുന്നു. സൂക്ഷിച്ചു നോക്കിയാൽ, വിപ്ലവചൈതന്യത്തിന്റെ സ്ഫോടകശക്തി അതിലടങ്ങിയിരിക്കുന്നതു കാണാം.

കുമാരനാശാന്റെ 'സ്വാതന്ത്ര്യഗാഥ' ആ ശക്തിയുടെ സ്വഭാവമെന്തെന്നു വ്യക്തമാക്കുന്നു.

വെട്ടിമുറിക്കുക കാൽച്ചങ്ങല വിഭോ,
പൊട്ടിച്ചെറികയിക്കൈവിലങ്ങും
ഞങ്ങളെ പൊക്കുക കൂരിരുട്ടിൻ കോട്ട-
യെങ്ങും ചവിട്ടി നിരത്തുവാനും
തങ്ങളിൽ കൈകോർത്തു മോക്ഷസുഖാബ്ധിയിൽ
മുങ്ങിക്കുളിച്ചു പുളയ്ക്കുവാനും.

എന്നീ വരികളിലെ 'വെട്ടിമുറിക്കുക കാൽച്ചങ്ങല', 'പൊട്ടിച്ചെറികയിക്കൈവിലങ്ങ്', 'കൂരിരുട്ടിൻ കോട്ടയെങ്ങും ചവിട്ടി നിരത്തുക' മുതലായ പ്രയോഗങ്ങളിൽ നിന്ന് തീ പാറുന്നില്ലേ?

'ഞങ്ങൾ' എന്ന ബഹുവചനമേ ഇവിടെയുള്ളൂ. ഒരാൾക്കു മാത്രമായി സ്വാതന്ത്ര്യം – അതു പൊള്ളയായ ഒരു സങ്കല്പം മാത്രം.

'തങ്ങളിൽ കൈകോർത്തു മോക്ഷസുഖാബ്ധിയിൽ മുങ്ങിക്കുളിച്ചു പുളയ്ക്കുവാനും' എന്ന വരികൾ വായിക്കുമ്പോൾ ദൈവദശകത്തിലെ 'ആഴമേറും നിൻ മഹസ്സാമാഴിയിൽ ഞങ്ങളാകവേ വാഴണം' എന്ന ഭാഗം നിങ്ങളുടെ മനസ്സിലുദിക്കുമോ? നിശ്ചയമില്ല. (എന്റെ മനസ്സിൽ അങ്ങനെ സംഭവിക്കുന്നുവെന്നു മാത്രം പറയാം.)

മൂന്ന്

ആസ്വാദകരിൽ ആനന്ദാനുഭൂതിയുളവാക്കുന്നു എന്നത് കാവ്യത്തിന്റെ മൗലികഗുണമാണ്. കവിതയുടെ സ്വഭാവമനുസരിച്ച് ആനന്ദാനുഭൂതിയുടെ നിലവാരവും മാറുന്നു.

പൂക്കുന്നിതാ മുല്ല, പൂക്കുന്നിലഞ്ഞി
പൂക്കുന്നു തേന്മാവു പൂക്കുന്നശോകം,
വായ്ക്കുന്നു വേലിക്കുവർണങ്ങൾ, പൂവാൽ
ചോക്കുന്നു കാടന്തി മേഘങ്ങൾപോലെ.

എന്ന വരികൾ നല്കുന്ന ആഹ്ലാദമാണോ,

ഭൂരിജന്തുഗമനങ്ങൾ, പൂത്തെഴും
ഭൂരുഹങ്ങൾ നിറയുന്ന കാടുകൾ,
ദൂരദർശനകൃശങ്ങൾ, കണ്ടുതേ

ചാരുചിത്രപടഭംഗിപോലവൻ എന്ന വരികൾ നല്കുന്നത്? അല്ല. രണ്ടിലും പ്രകൃതിയാണ് പ്രതിപാദ്യം. രണ്ടും രചിച്ചത് കുമാരനാശാനാണ്. എങ്കിലും, അവയിൽ നിന്നു ഹൃദയത്തിനു ലഭിക്കുന്ന ആഹ്ലാദാനുഭൂതിയുടെ സ്വഭാവത്തിനു വ്യത്യാസമുണ്ടെന്ന് നാമറിയുന്നു. ആദ്യത്തേത്

ലളിതമായ ആഹ്ലാദമാണ്. രണ്ടാമത്തേത് പ്രൗഢമാണ്. അതു രാജകീയ മാണെന്നു പറയാനാണ് തോന്നുക.

വാക്കുകളുടെ വിന്യാസവും ശബ്ദസംവിധാനവും പരസ്പരമലിഞ്ഞു ചേർന്നുണ്ടാകുന്ന പ്രതീതികൾ മാത്രമല്ല ഈ വ്യത്യാസത്തിനു കാരണം. പ്രതിപാദ്യങ്ങൾക്കു തമ്മിലുള്ള അന്തരവും അതിലൊരു പങ്കു വഹിക്കുന്നു. (രണ്ടാമത്തെ ഉദാഹരണത്തിൽ സന്ദർഭമാണ് പ്രതിപാദ്യത്തിന്റെ സ്വഭാവം നിർണയിക്കുന്നത്.)

മറ്റൊരു ദൃഷ്ടാന്തം കൂടി താഴെ നല്കുന്നു. പ്രകൃതി തന്നെയാണ് അതിലും പ്രതിപാദ്യം.

അളിപടലികൾ മൂളി; രന്ധ്രമേലും
മുളകൾ മരുത്തിലുലഞ്ഞു മെല്ലെയൂതി;
തളിർനിര മൃദുതാളമേകി; യേവം
കളകളമായതിമോഹനം വനത്തിൽ.

കുമാരനാശാന്റെ രചനയാണിതും. മുമ്പ് ഉദ്ധരിച്ച രണ്ടു പദ്യഭാഗങ്ങ ളിൽ നിന്നും ഭിന്നമായ ആഹ്ലാദാനുഭൂതിയാണ് ഈ ഭാഗം സഹൃദയങ്ങളി ലുളവാക്കുക. ഇതെക്കുറിച്ച് മുഗ്ധമെന്നു പറയുകയാണ് ഉചിതം. ഇനി യൊരുദാഹരണം കൂടിയില്ലാതെ ഈ വർഗീകരണം പൂർത്തിയാവുകയില്ല. കുമാരനാശാനിൽ നിന്നു തന്നെ അതും ഞാൻ സ്വീകരിക്കുന്നു. (സാധാര ണക്കാർക്കു പരിചിതമായ ശ്ലോകമാണത്.)

ചന്തമേറിയ പൂവിലും ശബളാഭമാം
ശലഭത്തിലും
സന്തതം കരതാരിയന്നൊരു ചിത്ര-
ചാതുരി കാട്ടിയും
ഹന്ത! ചാരുകടാക്ഷമാലകളർക്ക-
രശ്മിയിൽ മീട്ടിയും
ചിന്തയാം മണിമന്ദിരത്തിൽ വിളങ്ങു-
മീശനെ വാഴ്ത്തുവിൻ

ആഹ്ലാദാനുഭൂതിയുടെ കാര്യത്തിൽ ഏറെ ഗൗരവയുക്തവും ഗഹന വുമായി ഇതു വേറിട്ട് നില്ക്കുന്നു. മുമ്പുദ്ധരിച്ച കാവ്യഭാഗങ്ങളോടു താര തമ്യം ചെയ്യുമ്പോൾ ഈ ഭാഗം അന്യാദൃശമായ മാനസികോന്നമനമാണ് ആസ്വാദകരിൽ സൃഷ്ടിക്കുന്നതെന്നു കാണാം. അതീതലോകങ്ങളുടെ പ്രതീതിയുണർത്തുന്നതിലൂടെയാണ് ഈ ശ്ലോകം മാനസികോന്നമനപ്രദ മാകുന്നത്. ഈ അനുഭൂതിയെ ഉദാത്തമെന്ന് നമുക്കു വിശേഷിപ്പിക്കാം.

കവിതയിൽ നിന്നു ലഭിക്കുന്ന ആഹ്ലാദാനുഭൂതിയുടെ നാലു സ്വഭാവ ങ്ങളെക്കുറിച്ചാണ് മുകളിൽ വിവരിച്ചത്. ആ സ്വഭാവങ്ങളെ ലളിതം, മുഗ്ധം, രാജകീയം, ഉദാത്തം എന്നിങ്ങനെ നാലായി വിഭജിക്കുകയും ചെയ്തു.

ഇവയിൽ നിന്നെല്ലാം ഭിന്നമായി ഭക്തിഭാവത്തിന്റേതായ കാന്തി വിശേഷ ത്താൽ അനുവാചക മാനസങ്ങളെ അനുഗ്രഹിക്കുന്ന സ്വഭാവവും

അപൂർവമായി കവിതയിൽ കലർന്നിരിക്കുന്നതും നാം കാണുന്നു. മഹർഷി തുല്യരോ മഹർഷികളോ ആയ കവികളുടെ തൂലികയിൽ നിന്നാണ് ആ രീതിയിലുള്ള കവിതകൾ രൂപം കൊള്ളുന്നത്. എഴുത്തച്ഛന്റെ വിശിഷ്ടമായ കവിതാ ഭാഗങ്ങൾ ദൃഷ്ടാന്തമെന്ന നിലയ്ക്ക് നാം പെട്ടെന്നോർമിച്ചു പോകുന്നു. ഒരു ഉദാഹരണം മാത്രം താഴെ നല്കുന്നു.

ആധ്യാത്മരാമായണത്തിന്റെ പ്രാരംഭത്തിൽ വിഷ്ണുഭഗവാനെ വന്ദിക്കുന്നതിന് സാരസോത്ഭവനായ ബ്രഹ്മാവ് ക്ഷീരസാഗരതീരം പ്രാപിക്കുന്നതാണ് സന്ദർഭം. പുരുഷസൂക്തം കൊണ്ട് സേവിച്ചതിന്റെ ഫലമായി വിഷ്ണു പ്രത്യക്ഷപ്പെടുന്നതെങ്ങനെയാണെന്ന് കാണുക.

അന്നേരമൊരു പതിനായിരമാദിത്യന്മാ-
രൊന്നിച്ചു കിഴക്കുദിച്ചുയരുന്നതുപോലെ
പത്മസംഭവൻ തനിക്കൻപോടു കാണായ്‌വന്നു
പത്മലോചനനായ പത്മനാഭനെ മോദാൽ.
മുഗ്ധന്മാരായുള്ളൊരു സിദ്ധയോഗികളാലും
ദുർദർശമായ ഭഗവദ്‌രൂപം മനോഹരം.

എപ്രകാരമാണു മനോഹരമായിരിക്കുന്നതെന്നും കവി വർണിക്കുന്നു.

ചന്ദ്രികാമന്ദസ്മിത സുന്ദരാനന പൂർണ-
ചന്ദ്രമണ്ഡലമരവിന്ദലോചനം ദേവം
ഇന്ദ്രനീലാഭം പരമിന്ദിരാമനോഹര-
മന്ദിരവക്ഷഃ സ്ഥലം വന്ദ്യമാനന്ദോദയം
വത്സലാഞ്ഛനവത്സം പാദപങ്കജ ഭക്ത-
വത്സലം സമസ്ത ലോകോത്സവാസത്സേവിതം
മേരുസന്നിഭകിരിടോദ്യൽ കുണ്ഡലമുക്താ-
ഹാരകേയൂരാംഗദ കടകകട സൂത്ര-
വലയാംഗുലീയകാദ്യഖില വിഭൂഷണ-
കലിതകളേബരം കമലാ മനോഹരം
കുരണാകരം കണ്ടു പരമാനന്ദം പൂണ്ടു

സർവാലങ്കാരഭൂഷിതനായി, ചന്ദ്രികാമന്ദസ്മിതത്തോടുകൂടി, ചന്ദ്രമണ്ഡലം പോലെ പ്രശോഭിക്കുന്ന വിഷ്ണുരൂപമാണ് ഇതിൽ തെളിഞ്ഞു വരുന്നത്. അർഥത്തേക്കാളധികം പ്രാധാന്യം ബിംബങ്ങൾക്കും ശബ്ദാലങ്കാരത്തിനും ഇതിലുണ്ട്. വർണനയ്ക്കു ഗഹനഭാവമരുളുന്നത് ആ പ്രത്യേകതയാണ്. ശബ്ദവിന്യാസത്തിൽ നിന്നുളവാകുന്ന താളവും അതിൽ പങ്കു വഹിക്കുന്നു. ആകെത്തുകയായി അവർണനീയമായ ഭക്തി ഭാവം അഭിവ്യഞ്ജിതമാകുന്നു.

ചില സന്ദർഭങ്ങളിൽ ശബ്ദഘടനയുടെ ഇന്ദ്രജാല ശക്തി ഉപയോഗിച്ചും എഴുത്തച്ഛൻ അനുവാചകരിൽ ഭക്തിഭാവമുണർത്തുന്നതു കാണാം. ഈ അനുഭൂതിക്ക് ആത്മീയം എന്ന് പറയാം.

താരതമ്യത്തിൽ കൂടി ഗുരുദേവ കവിതയുടെ തനതു സ്വഭാവം വ്യക്തമാക്കാനുതകുന്ന പശ്ചാത്തലമായിട്ടാണ് ഇത്രയും വിവരിച്ചത്. സ്വന്തം കവന വ്യക്തിത്വത്തിന് സ്വച്ഛന്ദമായ പ്രകാശനം നല്കാനുദ്യമിക്കുന്ന ഗുരുദേവ പ്രതിഭ സർവസാധാരണമായ രചനാരീതിയവലംബിക്കുക സാധ്യമല്ല. അതുകൊണ്ടാണ് തികച്ചും അപൂർവമെന്നു വിശേഷിപ്പിക്കാവുന്ന കവിതാ ശില്പങ്ങൾ ആ തൂലികയിൽ നിന്ന് വാർന്നു വീണത്. പ്രമേയോചിതമായ രചനാശൈലി ആ കവിതാ ലോകത്തിന് വൈചിത്ര്യത്തിന്റെ ശബള ശോഭയരുളുകയും ചെയ്യുന്നു.

'സുബ്രഹ്മണ്യ കീർത്തനം' എന്ന ദേവതാരാധനാപരമായ കവിതയിലെ ആദ്യശ്ലോകം താഴെ ഉദ്ധരിക്കുന്നു.

അന്തിപ്പൂത്തിങ്കളുന്തിത്തിരുമുടി തിരുകി-
ച്ചൂടിയാടും ഫണത്തിൽ
ചന്തം ചിന്തും നിലാവിന്നൊളിവെയിൽ വിയദ്-
ഗംഗപൊങ്ങിക്കവിഞ്ഞും
ചന്തച്ചെന്തീമിഴിച്ചെങ്കതിർ നിരചൊരിയി-
ച്ചന്ധകാരാനകറ്റി
ച്ചിന്താസന്താനമേ, നിന്തിരുവടിയടിയെൻ-
സങ്കടം പോക്കീടേണം.

(സന്ധ്യാവേളയിലെ ചന്ദ്രക്കല പുറത്തുകാട്ടിയും, തിരുമുടിക്കെട്ടിൽ ചൂടിയിരിക്കുന്ന പാമ്പിന്റെ ഫണത്തിലെ ശോഭപൂണ്ടും, ചന്ദ്രക്കലയുടെ നിലാവൊളി പരന്നും, ജടയ്ക്കുള്ളിലെ ആകാശഗംഗയുടെ തിരമാലകൾ പൊങ്ങിക്കവിഞ്ഞും, ചന്തമാർന്ന് ചെന്തീമിഴിയിൽ നിന്ന് പ്രഭാകിരണങ്ങൾ ചൊരിഞ്ഞ് അജ്ഞാനമാകുന്ന അന്ധകാരത്തെ അകറ്റിയും പരിലസിക്കുന്ന ചിന്താസന്താനമായ അല്ലയോ, ഭഗവൻ; അടിയന്റെ സംസാര ജീവിത ദുഃഖം ഇല്ലാതാക്കിയാലും.)

വാക്കുകൾ കൊണ്ട് ഭാവാത്മക ശൈലിയിൽ വരച്ചിരിക്കുന്ന ഈ ചിത്രം ഏറെ സങ്കീർണമാണ്. ശബ്ദാർഥങ്ങളെ അതിലംഘിച്ചു കൊണ്ട് ബിംബങ്ങൾ ഇതിൽ ആധിപത്യം ചെലുത്തുന്നു. അന്തിപ്പൂന്തിങ്കളണിഞ്ഞ തിരുമുടി, തിരുമുടിയിൽ ചൂടിയിരിക്കുന്ന സർപ്പത്തിന്റെ ഫണം, അതോടൊപ്പം വിയദ്ഗംഗ, ചെന്തീമിഴി ചൊരിയുന്ന ചെങ്കതിർ - ഇതൊക്കെയും ചേർന്നു സൃഷ്ടിക്കുന്ന പരമേശ്വര പ്രതീതിയും, (അതിൽ പൗരാണിക ചൈതന്യമുണ്ട്) അതിൽനിന്നുളവാകുന്ന ഭാവമേഖലയും സഹൃദയഹൃദയങ്ങളെ ഭക്തിയുടെ വിവരണാതീതമായ വികാരമണ്ഡലത്തിലാമഗ്നമാക്കുന്നു.

'ശിവശതക'ത്തിൽ നിന്ന് ഒരു ശ്ലോകം അടുത്തതായി ഉദ്ധരിക്കുന്നു.

മലയതിലുണ്ടു മരുന്നു മൂന്നു പാമ്പും
പുലിയുമതിന്നിരുപാടുമുണ്ടുകാവൽ
പുലയനെടുത്തു ഭുജിച്ചു പാതിയിന്നും
വിലസതി നീയുമെടുത്തു കൊൾക നെഞ്ചേ

വിഷയസുഖങ്ങളാകുന്ന ചെടികളും മരങ്ങളും വളർന്നു നില്ക്കുന്ന മനസ്സിൽ മൂന്ന് ഔഷധങ്ങളുമുണ്ട്. (സത്ത്, ചിത്ത്, ആനന്ദം എന്നിവയാണ് ഔഷധങ്ങൾ). ആ ഔഷധങ്ങൾക്കിരുവശവും രാഗമാകുന്ന പാമ്പും ദ്വേഷമാകുന്ന പുലിയും കാവൽ നില്ക്കുന്നു. ഔഷധങ്ങളിൽ പകുതി ഭാഗവും ചപലസുഖങ്ങളുടെ പിന്നാലെ അലയുന്ന പുലയൻ (ജീവൻ) ഭുജിച്ചുകൊണ്ടിരിക്കുന്നു. എങ്കിലും അത് എപ്പോഴും ശുദ്ധമായി അവശേഷിക്കുന്നു. സംസാര ദുഃഖമാകുന്ന രോഗത്തിന് ഔഷധമന്വേഷിക്കുന്ന നെഞ്ചേ! (ഹൃദയമേ) അതു നീ എടുത്തുകൊള്ളുക.

പ്രതിരൂപങ്ങളാണ് ഈ ശ്ലോകത്തിലെ സാന്ദ്രമായ അംശം. അവയുടെ അർഥം വിശദമാക്കണമെങ്കിൽ കുറച്ചേറെ വിവരണം ആവശ്യമാണ്. ഇവിടെ അതിനു മുതിരുന്നില്ല. വിവരണം കൂടാതെ തന്നെ, ഇന്ദ്രിയാമോദപരമായ സുഖങ്ങൾക്ക് പിന്നാലെ പരക്കം പായുന്ന ഹൃദയത്തോട് ശുദ്ധമായ ബ്രഹ്മാനന്ദലബ്ധിക്കുവേണ്ടി പരിശ്രമം തുടങ്ങാൻ ഉപദേശിക്കുന്നതാണെന്ന് മനസ്സിലാകുമെന്ന് ഞാൻ വിചാരിക്കുന്നു.

ഈ രീതിയിൽ ആധ്യാത്മിക തത്ത്വങ്ങൾ ആവിഷ്കരിക്കുന്ന അനേകം കവിതകൾ ഗുരുദേവൻ രചിച്ചിട്ടുണ്ട്. കൃതഹസ്തനായ ഒരു കവിക്കു മാത്രമേ ഇത്തരം പ്രതിരൂപാത്മകശൈലി സൂക്ഷ്മാർഥദ്യോതകമായി പ്രയോഗിച്ചു വിജയിക്കാൻ കഴിയുള്ളൂ. ആത്മോപദേശ ശതകത്തിൽ, യുക്തമായ സന്ദർഭങ്ങളിൽ, ഈ രീതി ഗുരുദേവൻ വിദഗ്ധമായി പ്രയോഗിക്കുന്നു. ഉദാഹരണം:

ഒളിമുതലാം പഴമഞ്ചുമുണ്ടു നാറും-
നളികയിലേറി നയേനമാറിയാടും
കിളികളെയഞ്ചുമരിഞ്ഞു കീഴ്മറിക്കും
വെളിവുരുവേന്തിയകം വിളങ്ങിടേണം.

ഇതിലെ പഴങ്ങൾ പഞ്ചേന്ദ്രിയങ്ങളാണ്. കിളികൾ ജ്ഞാനേന്ദ്രിയങ്ങൾ, സപ്തമലങ്ങളുടെ ഇരിപ്പിടമായതുകൊണ്ട് ശരീരം 'നാറും നളിക'യാണ്. ശബ്ദസ്പർശ രൂപരസഗന്ധങ്ങളാകുന്ന പഴങ്ങളിലൂടെയാണ് ചപലമായ ലൗകികസുഖങ്ങളിൽ ഇന്ദ്രിയങ്ങൾ അഭിരമിക്കുന്നത്.

അതേസമയം തന്നെ, ലാസ്യത്തിന്റെ പ്രതീതിയുണർത്തുന്ന ലളിതമധുരമായ ശൈലിയും ആ കവിതാ ലോകത്തിൽ കാണാതിരിക്കുന്നില്ല.

മഞ്ജീരമഞ്ജുമണി ശിഞ്ജിത പാദപദ്മ,
കഞ്ജായതാക്ഷ കരുണാകര, കഞ്ജനാഭ,
സഞ്ജീവനൗഷധ സുധാമയ, സാധുരമ്യ,
ശ്രീ ഭൂപതേ, ഹര ഹരേ, സകലാമയം മേ.

എന്ന ശ്രീ വാസുദേവാഷ്ടകം കാവ്യത്തിലെ ശ്ലോകം ഉദാഹരണം. മഞ്ജീരങ്ങളുടെ ശിഞ്ജിതം ഇതിൽ കേൾക്കുന്നില്ലേ?

ചെറിയ ഒരുദാഹരണം കൂടി ഉദ്ധരിച്ചുകൊണ്ട് ഈ വിശദീകരണം അവസാനിപ്പിക്കാം. യോഗശാസ്ത്രവും ആത്മീയാനുഭൂതിയും സാമഞ്ജ സ്യത്തോടെ സമ്മേളിക്കുന്ന 'കുണ്ഡലിനിപ്പാട്ട്' എത്ര വ്യത്യസ്തമായ ശൈലിയിലാണ് രൂപം പ്രാപിച്ചിരിക്കുന്നതെന്ന് ആദ്യത്തെ നാലുവരികൾ വായിക്കുമ്പോൾ തന്നെ ഏതു സഹൃദയനും ബോധ്യമാകും.

ആടുപാമ്പേ, പുനം തേടു പാമ്പേ, യരു-
ളാനന്ദക്കൂത്തു കണ്ടാടുപാമ്പേ!
തിങ്കളും കൊന്നയും ചൂടുമീശൻ പദ-
പങ്കജം ചേർന്ന് നിന്നാടു പാമ്പേ!

ഇനിയും വൈചിത്രങ്ങളേറെയുണ്ട്. ഗുരുദേവ കവിതകളിൽ ശൈലീ പരമായ വൈചിത്ര്യത്തിലൂന്നിക്കൊണ്ടാണ് മുഖ്യമായും ഇവിടെ പ്രതി പാദനം തുടർന്നത്. (ഭാവമേഖലയുടെ സവിശേഷതകൾ സൂചിപ്പിക്കുക മാത്രമേ ചെയ്തിട്ടുള്ളൂ.) ആസ്വദിക്കാനും പഠിക്കാനും കൗതുകമുള്ള ഒരു വിദ്യാർഥി ഗുരുദേവ രചനകളിൽ അനന്ത വൈവിധ്യമാർന്ന കവനരീതി കൾ ദർശിച്ച് അദ്ഭുതാധീനനാകുമെന്നാണ് എന്റെ വിശ്വാസം.

രൂപഭാവരീതികൾ വ്യത്യസ്തമായിരിക്കുമ്പോഴും ആ കവിതകളൊ ക്കെയും ഉദാത്തമായ ആധ്യാത്മികാനുഭൂതിയുടെ കാവ്യരസത്താൽ അനു വാചക മാനസങ്ങളെ അമരലോകത്തിന്റെ ദൈവികമായ അന്തരീക്ഷത്തി ലേക്ക് പടിപടിയായി ഉന്നമിപ്പിക്കുമെന്നതിൽ സംശയമില്ല. ഉൽക്കൃഷ്ടമായ ആ അനുഭൂതിവിശേഷമാണ് 'ദൈവദശകം' അനുവാചകരിൽ സൃഷ്ടിക്കു ന്നത്.

പിണ്ഡനന്ദി

മനസ്സിൽ നിന്ന്...

ശ്രീനാരായഗുരുദേവന്റെ എല്ലാ കൃതികളും മനോഹരമാണെങ്കിലും 'പിണ്ഡനന്ദി' എന്റെ മനസ്സിന്റെ അഗാധമായ തലത്തിലേക്കിറങ്ങിയ ഒരു കൃതിയാണ്. ഒരു ഗൈനക്കോളജിസ്റ്റിന്റെ മനസ്സിനെ പിടിച്ചുലയ്ക്കാൻ ഇതിലും ശക്തിയേറിയ ഒരു കൃതി ഉണ്ടെന്ന് ഞാൻ കരുതുന്നില്ല.

ഈ കൃതിയുടെ പഠനശേഷം എന്റെ ക്ലിനിക്കിൽ വരുന്ന ഓരോ ഗർഭിണിയിലും ഗർഭത്തിൽ നിന്നുയരുന്ന പിണ്ഡനന്ദിയുടെ തുടിപ്പെനിക്കു കേൾക്കാം. ഹൃദയസ്പന്ദനമല്ലാത്ത മറ്റൊരു തുടിപ്പ് – 'പിണ്ഡനന്ദി'.

ലോകത്തിലെ എല്ലാ ഗർഭസ്ഥ ശിശുക്കൾക്കും (എല്ലാ ഗർഭസ്ഥ ജീവികൾക്കും) ആയിക്കൊണ്ട് ഈ കൊച്ചുലേഖനം ഞാൻ സമർപ്പിക്കുന്നു.)

– ഡോ. കമലാ ഉണ്ണിക്കൃഷ്ണൻ

സുപ്രസിദ്ധ ഗൈനക്കോളജിസ്റ്റായ ഡോ. കമലാ ഉണ്ണിക്കൃഷ്ണൻ ബംഗ്ളൂരിൽ പ്രാക്ടീസ് ചെയ്യുന്നു. ആധുനിക വൈദ്യശാസ്ത്ര പരിജ്ഞാനവും ചികിത്സാവൈഭവവും മാത്രമല്ല, ആത്മീയവീക്ഷണവും ഡോക്ടറുടെ വ്യക്തിത്വത്തിൽ സമഞ്ജസമായി സമ്മേളിക്കുന്നു. അതിനാൽ എല്ലാവരും സ്നേഹബഹുമാനങ്ങളോടുകൂടി ഡോക്ടറെ ആദരിക്കുന്നു.

ശാസ്ത്രം കണ്ടെത്തുന്ന കാര്യങ്ങൾ ശാസ്ത്രം പഠിക്കാതെതന്നെ മഹർഷിമാർ സൂക്ഷ്മജ്ഞാനത്തിലൂടെ അറിയുന്നുവെന്ന് ഈ ലേഖനത്തിൽ ഡോ. കമലാ ഉണ്ണിക്കൃഷ്ണൻ വെളിപ്പെടുത്തുന്നു.

വളരെ മനോഹരമായ, ലളിതമായ ഒമ്പതു ശ്ലോകങ്ങളടങ്ങിയ ഒരു ലഘുകൃതിയാണ് പിണ്ഡനന്ദി. ശ്രീശങ്കരാചാര്യരുടെ മാതൃപഞ്ചകം പോലെ മഹത്തായ മറ്റൊരു കൃതി.

'പിണ്ഡം' എന്നാൽ മനുഷ്യശരീരമാണ്. ഇവിടെ പിണ്ഡമെന്ന വാക്കു കൊണ്ട് ഉദ്ദേശിക്കുന്നത് ഗർഭത്തിലുള്ള ജീവനെയാണ്. ഗർഭപാത്രത്തിൽ ഭ്രൂണം വളർന്ന് പൂർണ മനുഷ്യാകൃതി പ്രാപിച്ച് 9–10 മാസത്തിനുശേഷം പുറത്തുവരുന്നു. ആ ഭ്രൂണത്തിന്റെ (embryo) പഠനത്തിന് വൈദ്യശാസ്ത്ര ത്തിൽ എംബ്രിയോളജി (Embriology) എന്നു പറയുന്നു.

'നന്ദി' എന്ന വാക്ക് ഒരുവിധം എല്ലാവർക്കും അറിയാമെങ്കിലും ഇന്നത്തെ ലോകം ഈ വാക്കിനെ തീരെ മറന്ന നിലയിലാണ്. നന്ദിയുടെ അർഥം കൃതജ്ഞത എന്നാണ്. നാം അനുഭവിക്കുന്ന എല്ലാത്തിനും നാം പലരോടും കടപ്പെട്ടിട്ടുണ്ട്. നമ്മുടെ ആ കടപ്പാട് അറിയിക്കുകയാണ് നന്ദി എന്ന വാക്കിന്റെ ഉദ്ദേശ്യം.

ഗർഭസ്ഥനായ ശിശു (ജീവൻ) അതിനു കാരണഭൂതനായ ഭഗവാനോട് നടത്തുന്ന നന്ദിപ്രകടനമാണ് ശ്രീഗുരുദേവന്റെ ഈ പിണ്ഡനന്ദി എന്ന കൃതി യിലെ പ്രമേയം. ആത്മാവിന്റെ സ്വരൂപം തിരിച്ചറിയുന്നതാണ് കൃതജ്ഞത. ഇവിടെ ശിശു, തന്നെ വളർത്തി പരിപാലിച്ചുവരുന്ന ഭഗവാനെ തിരിച്ചറിയു ന്നതാണ് പിണ്ഡനന്ദി. അറിവിനെ ഉണർത്തുകയാണ് നന്ദിപ്രകടനത്തിലൂടെ.

ശരീരരഹസ്യവും അതുകൊണ്ട് നേരിടേണ്ട അനുഭവരഹസ്യവും ഇവിടെ മനോഹരമായി വിവരിക്കുന്നു ഗുരുദേവൻ. ഈ കൃതി വായിക്കു മ്പോൾ മനസ്സിലാകും, ആധുനിക വൈദ്യശാസ്ത്രമെവിടെ; അതിനെല്ലാം എത്രയോ വർഷങ്ങൾക്കു മുമ്പ് നമുക്ക് ജ്ഞാനം പകർന്നുതന്ന ഋഷീശ്വര ന്മാരെവിടെ; എന്ന്.

കൃതജ്ഞത ഉള്ളിടത്ത് അഹങ്കാരത്തിന് നിലനില്പില്ല. അഹങ്കാരവും കൃതജ്ഞതയും പരസ്പരവിരുദ്ധങ്ങളാണ്. ഇരുട്ടും വെളിച്ചവുംപോലെ. കൃതജ്ഞത ഉള്ളിൽ വളരുമ്പോൾ കൃപ താനേ ഒഴുകും. ഈശ്വരസത്തയെ മനസ്സിലാക്കുമ്പോൾ, അതിന്റെ മഹത്ത്വം തിരിച്ചറിയുമ്പോൾ, അഹങ്കാരം താനെ കൊഴിയും. ഇതുതന്നെയാണ് ഋഷീശ്വരന്മാർ നമുക്ക് കൈമാറിയ അറിവും. ആ ഒരു കോണിലൂടെ നോക്കിയാൽ 'പിണ്ഡനന്ദി' അതിവിശി ഷ്ടമായ ഒരു അദ്വൈതകൃതിയാണ്.

ജനനം ഒരു അദ്ഭുതപ്രതിഭാസമാണ്. ഈ കൃതിയിലൂടെ നമുക്കത് മനസ്സിലാക്കാൻ സാധിക്കും. അമ്മയുടെ ഗർഭപാത്രത്തിൽ സൂക്ഷ്മരൂപ ത്തിൽ, പിണ്ഡാകൃതിയിൽ, നിലനിന്നപ്പോഴും ഭഗവാനേ, അങ്ങേക്ക് എന്റെ എല്ലാ ആവശ്യങ്ങളും അറിയാമായിരുന്നു. യാചിക്കാൻ പോലും നാവു പൊങ്ങാത്ത സമയത്ത് നിസ്സഹായനായി ഗർഭപാത്രമാകുന്ന ഇരുട്ടുനിറഞ്ഞ തടവറയിൽ കിടക്കുമ്പോൾ, വെളിച്ചവും ആഹാരവും തന്ന്, അല്ലയോ കരുണാമൂർത്തേ! നീ എന്നെ കാത്തുസൂക്ഷിച്ചു. നിന്റെ ആ കാരുണ്യ ത്തിന്റെ മുന്നിൽ എന്നെ പൂർണമായി സമർപ്പിക്കുകയല്ലാതെ ഞാൻ വേറെ എന്താണ് ചെയ്യേണ്ടത്?

കരകവിഞ്ഞൊഴുക്കുന്ന, കൃതജ്ഞത, നന്ദി, സമർപ്പണം ഇവ ഈ കൃതിയിൽ ഉടനീളം കാണാം.

ദൈവദശകം

ബീജസങ്കലനത്തിനും പ്രസവത്തിനും ഇടയിലുള്ള സമയമാണ് ഗർഭ കാലം. പഞ്ചഭൂതാത്മകമായ ജഡദേഹത്തിൽ ബോധാംശം കലർത്തി, 9-10 മാസത്തെ ഗർഭവാസം സുഖകരമാക്കിത്തന്ന ഭഗവാനോടുള്ള നന്ദി പ്രകടനം, ഈ മഹത്തായ ഭാവന ഗുരുദേവനിൽ നിന്നല്ലാതെ മറ്റാരിൽ നിന്നാണ് പ്രതീക്ഷിക്കേണ്ടത്?

നശ്വരമായ ദേഹം ഗർഭത്തിൽ വെച്ച് ഏതു നിമിഷം വേണമെങ്കിലും നഷ്ടപ്പെടാവുന്നതേയുള്ളൂ. അതിനെ നഷ്ടപ്പെടുത്താതെ കാത്തുസൂക്ഷിച്ച ഭഗവാനോടുള്ള നന്ദി പ്രകടനമാണ് നാം ഒന്നാം ശ്ലോകത്തിൽ കാണാൻ പോകുന്നത്.

ശ്ലോകം ഒന്ന്

ഗർഭത്തിൽ വച്ചു ഭഗവാനടിയന്റെ പിണ്ഡ-
മെപ്പേരുമൻപൊടു വളർത്ത കൃപാലുവല്ലീ
കല്പിച്ച പോലെ വരുമെന്നു നിനച്ചുകണ്ടി-
ട്ടർപ്പിച്ചിടുന്നടിയനൊക്കെയുമങ്ങു ശംഭോ! (1)

ഗർഭത്തിൽ വെച്ച്	- അമ്മയുടെ ഉദരത്തിൽ കിടന്നിരുന്നപ്പോൾ
ഭഗവാൻ	- സർവേശ്വരനായ അങ്ങ്
അടിയന്റെ പിണ്ഡം	- ഈ ഭക്തദാസന്റെ ജീവിതയാത്രയ്ക്ക് നിദാനമായ ദേഹം (ഭ്രൂണശരീരം)
എപ്പേരും	- എല്ലാ കരുതലോടും കൂടി
അൻപൊട്	- കാരുണ്യപൂർവം
വളർത്ത	- നഷ്ടപ്പെടാതെ കാത്തുസൂക്ഷിച്ച
കൃപാലുവല്ലി	- കരുണാമയനല്ലേ!
കല്പിച്ചപോലെ	- അങ്ങ് ഇച്ഛിക്കുന്നതുപോലെ മാത്രമേ
വരുമെന്ന് നിനച്ചുകണ്ട്-	സംഭവിക്കുകയുള്ളുവെന്ന് നിരൂപിച്ചറിഞ്ഞ്
അടിയൻ	- ഈ എളിയവൻ
ഒക്കെയും	- ദേഹാഹങ്കാരമുൾപ്പെടെ എല്ലാം
അങ്ങ് അർപ്പിച്ചിടുന്നു	- അങ്ങയിൽ അർപ്പിച്ചിടുന്നു
ശംഭോ!	- മംഗളസ്വരൂപനായ അല്ലയോ ഭഗവാൻ.

ഈ ഭക്തദാസന്റെ ജീവിതയാത്രയ്ക്ക് നിദാനമായ ദേഹം, അമ്മയുടെ ഗർഭത്തിൽ ഇരിക്കുമ്പോൾ മുതൽ, കാരുണ്യത്തോടും കരുതലോടും കാത്തുസൂക്ഷിച്ച കരുണാമയനല്ലേ ഭഗവാനേ, അങ്ങ്? മംഗളസ്വരൂപിയായ അല്ലയോ ഭഗവാൻ, അങ്ങയുടെ ഇംഗിതം മാത്രമേ എന്റെ ജീവിതത്തെ നയിക്കുകയുള്ളൂ എന്ന് വ്യക്തമായി അറിഞ്ഞുകൊണ്ട് ഈ ഭക്തദാസൻ ദേഹമുൾപ്പെടെ സർവവും അങ്ങയുടെ പാദങ്ങളിൽ സമർപ്പിക്കുന്നു.

ഭഗവാന്റെ തീരുമാനത്തിനെതിരായി ഒന്നുംതന്നെ നടക്കില്ല എന്നുള്ള നഗ്നസത്യം വെളിപ്പെടുത്തിക്കൊണ്ട് എല്ലാം ഭഗവദ്പാദത്തിൽ സമർപ്പിക്കുകയാണ് ഇവിടെ. എന്റെ പിണ്ഡം എന്നല്ല പ്രയോഗിച്ചിരിക്കുന്നത്; അടിയന്റെ പിണ്ഡമെന്നാണ്. ഉറച്ച സമർപ്പണ മനോഭാവമാണ് 'അടിയൻ' എന്ന പ്രയോഗത്തിലൂടെ സമർഥിച്ചിരിക്കുന്നത്. അഹങ്കരിക്കാൻ മാത്രമായി തന്നിൽ തന്റേതായി ഒന്നുമില്ലെന്ന ആ തിരിച്ചറിവാണ് ഒരുവനിലെ എളിമയെ പ്രകാശിപ്പിക്കുന്നത്. ഭഗവദ്പാദങ്ങളിലുള്ള ആ ആത്മസമർപ്പണമാണ് ഭക്തിയുടെ ഔന്നത്യം.

ഭാഗവതം 7-ാം സ്കന്ധത്തിലെ രണ്ടാമധ്യായത്തിലെ 38-ാം ശ്ലോകത്തിലെ അവസാനവരി നോക്കുക.

"സരക്ഷിതാ രക്ഷതി യോ ഹി ഗർഭോ - 'യാതൊരാൾ ഗർഭത്തിൽ മറ്റാരും സഹായത്തിന്നില്ലാത്തപ്പോഴും രക്ഷിക്കുന്നുവോ ആ അവിടുന്നു തന്നെ രക്ഷിച്ചുകൊള്ളും..." ഈ സമർപ്പണബുദ്ധി നമ്മളിൽ എപ്പോഴും ഉണ്ട്. കാലക്രമേണ ക്ലാവ് പിടിച്ചുപോകുന്നു എന്നു മാത്രം.

ഭഗവാൻ ശ്രീകൃഷ്ണപരമാത്മാവ് ഭഗവദ്ഗീത 18-ാം അധ്യായത്തിൽ ആവശ്യപ്പെടുന്നതും അതുതന്നെയാണ്. "സർവധർമാൻ പരിത്യജ്യ മാമേകം ശരണം വ്രജ." ഈ സർവധർമ്മ പരിത്യാഗം ഒരിക്കലും ബാഹ്യമല്ല. വ്യക്തമായ വസ്തുബോധമാണ് സർവധർമപരിത്യാഗം. ദേഹാഭിമാന ത്യാഗത്തിലൂടെ നാം നേടുന്ന കർമത്യാഗം. അതുതന്നെ കർമയോഗം. കർമം ചെയ്യുമ്പോൾ രണ്ടു ഭാവങ്ങളാണ് കൈക്കൊള്ളേണ്ടത്. കർമം ചെയ്യുമ്പോൾ ആ കർമം ഈശ്വരാർപ്പണമായി ഭാവന ചെയ്തുകൊണ്ട് ചെയ്യുക. അതുപോലെതന്നെ അതിന്റെ ഫലം - പ്രസാദബുദ്ധി - ഭാവനയിലൂടെ സ്വീകരിക്കുക. അങ്ങനെ കർമം അനുഷ്ഠിക്കുന്നതായാൽ ഒരു കർമവും തന്നെ ബന്ധിപ്പിക്കുകയില്ല. അതുതന്നെ കർമത്യാഗം - അതുതന്നെ ദേഹാഭിമാന ത്യാഗം. അവിടെ ഞാൻ എന്ന കർത്തൃഭാവം ഒഴിയും. ആത്മജ്ഞാനത്തിലൂടെ മാത്രമേ ജീവാത്മസ്വരൂപജ്ഞാനം ഉണ്ടാകുകയുള്ളൂ. അതുതന്നെ ഈശ്വരനെ ശരണം പ്രാപിക്കൽ. അദ്വൈതഭാഷയിൽ പറഞ്ഞാൽ ഞാനും ഈശ്വരനും രണ്ടല്ല. ഒന്നുതന്നെ തത്ത്വമസി - ഒന്നുമാത്രം - അതുതന്നെ പരമമായ ഭക്തി. ഞാൻ ഈശ്വരനിൽ ഇല്ലാതായി തീരൽ.

ഉദാത്തമായ ഒരു കാഴ്ചപ്പാടാണത്. മനുഷ്യൻ തന്നിലുള്ള ദുർവാസനകളെ പരിത്യജിച്ച് ഈശ്വരന്റെ ഇച്ഛയാണീലോകത്തെ നയിക്കുന്നതെന്ന കാഴ്ചപ്പാടിലൂടെ സ്വയം ഈശ്വരനിൽ സമർപ്പിക്കുന്നു എന്നാണ് ആദ്യത്തെ ശ്ലോകം വെളിപ്പെടുത്തുന്നത്. സൂക്ഷ്മമായി ചിന്തിച്ചാൽ, 'ഞാൻ' നാം അഭിമാനിക്കുന്ന ദേഹമോ മനസ്സോ ഞാനാണോ? അല്ല അല്പനേരത്തേക്ക് എന്റേത് വസ്തു മാത്രം. പക്ഷേ, ഇത് തിരിച്ചറിയാതെ മനുഷ്യൻ എന്തെല്ലാം കോലാഹലങ്ങൾ കാണിച്ചുകൂട്ടുന്നു! ഭഗവാന്റെ കനിവ് കൊണ്ട് എനിക്കു ലഭിച്ച ഈ ദേഹത്തിൽ എനിക്കെന്ത് അവകാശം? അതിന്റെ അധികാരി ഭഗവാൻ മാത്രം. മൂഢന്മാരുണ്ടോ ഇതു തിരിച്ചറിയുന്നു?

നാം ഭഗവാന്റെ കൈയിലെ ഒരു ഉപകരണം മാത്രം. ആ ഉപകരണം വിവേകത്തോടെ ഉപയോഗിക്കുവാനുള്ള കഴിവു തരണേ എന്നു മാത്രമായിരിക്കണം ഓരോരുത്തരുടേയും പ്രാർഥന. ഗർഭപാത്രത്തിൽ നിലകൊള്ളുന്ന പിണ്ഡത്തിന്റെ രക്ഷ അതിന്റെ മാതാപിതാക്കളിലോ ഡോക്ടറുടെ കൈയിലോ അല്ല. അടിയന്റെ പിണ്ഡത്തെ നോക്കി രക്ഷിക്കുന്ന ആ മംഗള സ്വരൂപന് അടിയൻ എല്ലാം സമർപ്പിക്കുന്നു എന്നാണിവിടെ പറയുന്നത്. ഇവിടെ 'ശംഭോ' എന്ന സംബോധന വളരെ അർഥവത്താണ്. 'ശം' എന്നാൽ ആനന്ദാർഥകമാണ്. നമ്മുടെ ഓരോരുത്തരുടേയും ഉള്ളിൽ തന്നെയാണ് ശംഭു ഇരിക്കുന്നത്. ആ പരമമായ ആനന്ദമാണ് ഓരോരുത്തരുടേയും സ്വരൂപം. ആ ആനന്ദസ്വരൂപൻതന്നെ മംഗളസ്വരൂപനും!

ഇവിടെ അടിയൻ സമർപ്പിക്കുന്നു എന്നു പറയുന്നത്. കൃതജ്ഞതയുടെ ബാഹ്യപ്രകടനമാണ്. സമർപ്പണം ചെയ്യുമ്പോൾ സമർപ്പിക്കുന്ന വസ്തു ഇല്ലാതായിത്തീരുന്നു. ഇവിടെ എന്നെത്തന്നെയാണ് സമർപ്പിക്കുന്നത്. ഞാനെന്ന അസ്തിത്വം അവസാനിക്കുന്നു. ആ തിരിച്ചറിവിൽ നിന്നുള്ള കൃതജ്ഞതയാണ് പിണ്ഡനന്ദി.

പഞ്ചഭൂതാത്മകമായ ജഡശരീരം എങ്ങനെ ചൈതന്യവത്തായി തീരുന്നു എന്നതാണ് രണ്ടാമത്തെ ശ്ലോകത്തിലെ പ്രമേയം. അതു ഗുരുദേവൻ കവിയുടെ ഭാവനയിലൂടെ യുക്തിപൂർവം വിവരിക്കുന്നു. നമുക്ക് രണ്ടാം ശ്ലോകത്തിലേക്ക് കടക്കാം.

ശ്ലോകം രണ്ട്

മണ്ണും ജലം കനലുമംബരമോടു കാറ്റു-
മെണ്ണിപ്പിടിച്ചറയിലിട്ടെരിയും കൊളുത്തി
ദണ്ഡപ്പെടുത്തുമൊരു ദേവതയിങ്കൽ നിന്നെൻ
പിണ്ഡത്തിനന്നമൃത് നല്കി വളർത്ത ശംഭോ! (2)

മണ്ണ്, ജലം, കനൽ, അംബരം, കാറ്റ്	=	ഭൂമി, വെള്ളം, അഗ്നി, ആകാശം വായു എന്നീ പഞ്ചഭൂതങ്ങൾ
എണ്ണിപ്പിടിച്ച്	=	കൃത്യമായ അളവിൽ കൂട്ടിച്ചേർത്ത് (ശരീരം ഉണ്ടാക്കി)
അറയിലടച്ച്	=	ഗർഭപാത്രത്തിന്നകത്ത് അടച്ച്
എരിയും കൊളുത്തി	=	സംസാരമാകുന്ന തീ കൊളുത്തി (ജീവനാകുന്ന തീ കൊളുത്തി)
ദണ്ഡപ്പെടുത്തുമൊരു	=	കഠിനമായ ശിക്ഷ നല്കി കഷ്ടപ്പെടുത്തുന്ന
ദേവതയിങ്കൽ നിന്ന്	=	കർമദേവതയിൽ നിന്ന് അഥവാ വിധിയിൽ നിന്ന്

എൻ പിണ്ഡത്തിന്	=	എന്റെ ശരീരത്തിന്ന് (ആശ്വാസം നല്കാനായി)
അമൃത് നല്കി	=	ആത്മചൈതന്യം നല്കി
വളർത്ത ശംഭോ	=	പരിപാലിച്ച മംഗളസ്വരൂപനേ

(അവിടുന്നു മാത്രമാണെനിക്കാശ്രയം.)

മണ്ണ്, വെള്ളം, തീ, ആകാശം, വായു എന്നീ പഞ്ചഭൂതങ്ങളെ അതിന്റേതായ അളവിൽ കൂട്ടിച്ചേർത്ത് ശരീരമുണ്ടാക്കി, ഗർഭപാത്രമാകുന്ന ഇരുട്ടറയിലിട്ട് അടച്ചു. സംസാരദുഃഖമാകുന്ന തീയും കൊളുത്തി. അതു കഠിന ശിക്ഷതന്നെ. കർമദേവതയുടെ പീഡനത്തിൽ നിന്നും ആശ്വാസം നല്കാനായി നീ എനിക്ക് അമൃത് തന്നു. ഇങ്ങനെ എന്നെ കാത്തുസൂക്ഷിച്ച് വളർത്തിയ മംഗളസ്വരൂപനായ ഭഗവാൻ, അവിടുന്നു മാത്രമാണെനിക്കു ശരണം.

നമ്മുടെ ശരീരം പഞ്ചഭൂതാത്മകമാണ്. അതായത് ആകാശം, വായു, അഗ്നി, ജലം, പൃഥ്വി ഈ മഹാപഞ്ചഭൂതങ്ങളുടെ സംഘാതമാണ് മനസ്സുൾപ്പെടെയുള്ള ജീവശരീരം.

വേറൊരുവിധത്തിൽ പറഞ്ഞാൽ അമ്മയുടെ അണ്ഡവും പിതാവിന്റെ ബീജവും ചേർന്നാണ് ഭ്രൂണം ഉണ്ടാകുന്നത്. അത് സംഭവിക്കുന്നത് ഫെലോപ്യൻ ട്യൂബ് (Fellopian tube) എന്നു പറയപ്പെടുന്ന അണ്ഡവാഹിനിയിലാണ്. ഏതാനും കുറച്ചു ദിവസങ്ങൾക്കുള്ളിൽ അത് ഗർഭപാത്രത്തിലെത്തിച്ചേരുന്നു. അതിനെയാണ് ഗുരുദേവൻ പറയുന്നത് "എണ്ണിപ്പിടിച്ചറയിലിട്ടു" എന്ന്. അനാട്ടമിയും ഫിസിയോളജിയും, അതായത് ആധുനികശാസ്ത്രം, വികസിക്കുന്നതിനേക്കാൾ എത്രയോ ആയിരം വർഷങ്ങൾക്കു മുമ്പുതന്നെ, നമ്മുടെ ഋഷീശ്വരന്മാർ അവരുടെ സൂക്ഷ്മദൃഷ്ടികൊണ്ട് മനസ്സിലാക്കിയ കാര്യങ്ങളാണ്. ഇവിടെ ഗുരുദേവൻ കവിഭാവനയിലൂടെ യുക്തിപൂർവം അവതരിപ്പിക്കുന്നത്.

ഈ ജന്മത്തിൽ നാം ചെയ്യുന്ന കർമങ്ങളും കഴിഞ്ഞ എത്രയോ ജന്മങ്ങളായി ചെയ്യുന്ന കർമങ്ങളും നമ്മിൽ കർമവാസനയായി നിലകൊള്ളുന്നു. ആ കർമവാസനകളാണ് നമ്മുടെ ഈ ശരീരത്തിന് രൂപം കൊടുക്കുന്നത്. അതാണ് നമ്മുടെ പഞ്ചഭൂതാത്മകമായ ശരീരം.

ആ ഭ്രൂണത്തിനെയാണ്, പിണ്ഡത്തിനെയാണ്, ഇവിടെ ഇരുട്ടറയിലിട്ട് എരിക്കാനായി തീ കൊളുത്തിയതെന്നു പറയുന്നത്. ഇവിടെ ദേവത ദണ്ഡപ്പെടുന്നു എന്നു പറയുന്നുണ്ട്. സാധാരണഗതിയിൽ ഒരു ദേവതയും കഷ്ടം ഒരാൾക്കു കൊടുക്കുകയില്ല. ഇതും ഒരു അലങ്കാരപ്രയോഗമാണ്. സാധാരണ ദേവതയല്ല - കർമദേവത. ആ കർമമോ നമ്മൾ സ്വയം തീർത്തതും. സംസാരദുഃഖമാണ് ഇവിടെ എരിയുന്ന തീയിനോട് ഉപമിച്ചിരിക്കുന്നത്. അങ്ങനെ എരിയാൻ തുടങ്ങുമ്പോൾ മംഗളസ്വരൂപനായ അങ്ങ് എന്നെ അതിൽ നിന്നു രക്ഷിച്ചു. ആ തിരിച്ചറിവാണ് പിണ്ഡനന്ദി. പിണ്ഡത്തിന്റെ

സമർപ്പണം. എങ്ങനെയാണു രക്ഷിക്കുന്നതെന്നാണ് അവസാനത്തെ വരിയിൽ പറയുന്നത്. അമൃത് നല്കിയാണ് ഭഗവാൻ രക്ഷിച്ചത്!

എന്താണ് അമൃത്? മരണത്തെ അതിജീവിക്കാനുള്ള ഒരു ഔഷധിയാണ് അമൃത്, (Nectar, or Ambrosia) ആ അമൃതാണ് ഇവിടെ നല്കിയിരിക്കുന്നത്.

മൃത്യു അഥവാ മരണം എന്നാൽ എന്താണ്? എന്നിലുള്ള ഈശ്വര ചൈതന്യത്തെ പാടേ വിസ്മരിക്കുന്നതാണ് മൃത്യു. ഈശ്വരചൈതന്യത്തെ തിരിച്ചറിയായ്മ. അതാണ് മരണം. ആ അറിവില്ലായ്മയിൽ ദേഹാഭിമാന ബുദ്ധികളോട് താദാത്മ്യം പ്രാപിച്ച് ഈ സംസാരസാഗരത്തിൽ മുങ്ങിത്താഴുന്നതാണ് മരണം. മരണത്തെ അതിക്രമിക്കണമെങ്കിൽ തമ്മിലുള്ള ആ ഈശ്വരചൈതന്യത്തെ തിരിച്ചറിഞ്ഞ്, ഞാൻ ദേഹമോ മനസ്സോ ബുദ്ധിയോ അല്ല എന്ന ഉറച്ച അറിവു നേടുക. ആ തിരിച്ചറിവിനെയാണ് ഇവിടെ ഗുരുദേവൻ അമൃത് എന്നു വിശേഷിപ്പിച്ചിരിക്കുന്നത്. ഞാൻ ആ ദേഹാഭിമാന താദാത്മ്യംകൊണ്ട് പീഡനമനുഭവിക്കുമ്പോൾ ഭഗവാൻ അമൃത് തന്ന് എന്നെ അതിൽനിന്നും രക്ഷപ്പെടുത്തി. ആ ഭഗവാനോടുള്ള നന്ദിപ്രകടനമാണ് പിണ്ഡനന്ദി. നമ്മുടെ ശരീരത്തേയും ശരീരം കൊണ്ടു ചെയ്യുന്ന കർമങ്ങളേയും ഈശ്വരാർപ്പണമാക്കിതീർക്കുകയാണ് അമൃതം അനുഭവിക്കാനുള്ള സാധന. (ഉപായം).

എന്നിൽ നിറഞ്ഞുനില്ക്കുന്ന ഈ ചൈതന്യം എന്നിൽ മാത്രമല്ല ഈ പ്രപഞ്ചത്തിൽ ബ്രഹ്മാവ് മുതൽ സൃഷ്ടിയിലെ എല്ലാ ജീവജാലങ്ങളിലും പ്രകടമായി കാണുന്നു എന്നാണ് അടുത്ത ശ്ലോകത്തിൽ പറയുന്നത്.

ശ്ലോകം മൂന്ന്

കല്ലിന്നകത്തു കുടിവാഴുമൊരല്പ ജന്തു-
വൊന്നല്ല നിന്റെ കൃപയിന്നറിയിച്ചിടുന്നു!
അല്ലിക്കുടത്തിലമരുന്നമരേന്ദ്രനും മ-
റ്റെല്ലാരുമിങ്ങിതിലിരുന്നു വളർന്നിടുന്നു (3)

കല്ലിന്നകത്ത്	=	കല്ലിന്റെ അടിയിൽ (ആരും കാണാത്ത ഇരുണ്ട സ്ഥലങ്ങളിൽ)
കുടിവാഴും	=	ജീവിച്ചുപോരുന്ന
ഒരല്പ ജന്തു ഒന്നല്ല	=	എണ്ണമറ്റ വളരെ ചെറിയ ചെറിയ ജീവികൾ
നിന്റെ		
കൃപയിന്നറിയിച്ചിടുന്നു	=	ഭഗവാന്റെ കാരുണ്യാതിരേകം വിളിച്ചറിയിച്ചിടുന്നു
അല്ലിക്കുടത്തിൽ അമരുന്നു	=	അല്ലിക്കുടത്തെ (അമൃതകുംഭത്തെ) ആശ്രയിച്ചു കഴിയുന്നു

ദൈവദശകം

	അല്ലെങ്കിൽ
" "	= താമരയിതളുകൾക്കുള്ളിൽ വാണരുളുന്ന
അമരേന്ദ്രൻ	= ദേവേന്ദ്രൻ അഥവാ
" "	= ബ്രഹ്മാവ്
മറ്റെല്ലാരും	= മറ്റുള്ള എല്ലാ ജീവികളും
ഇങ്ങ്	= ഈ പ്രപഞ്ചത്തിൽ
ഇതിലിരുന്നു വളർന്നിടുന്നു	= ഈ ഭഗവത് കാരുണ്യത്തെ ആശ്രയിച്ച് കഴിഞ്ഞുകൂടുന്നു

കല്ലുകൾക്കിടയിൽ ആരും കാണാത്ത ഇരുട്ടുനിറഞ്ഞ സ്ഥലത്ത് പറ്റിപ്പിടിച്ച് താമസിക്കുന്ന എണ്ണമറ്റ ചെറിയ ചെറിയ ജീവികൾ ഭഗവാന്റെ കാരുണ്യാതിരേകം വിളിച്ചോതുന്നു. അമൃതകുംഭത്തെ ആശ്രയിച്ചു കഴിയുന്ന ദേവേന്ദ്രൻ തുടങ്ങിയ മറ്റു പല ദേവതകളും, അതായത് എല്ലാ സൃഷ്ടിജാലങ്ങളും ഭഗവത്കാരുണ്യത്തെ ആശ്രയിച്ച് ഈ പ്രപഞ്ചത്തിൽ കുടികൊള്ളുന്നു.

ഇവിടെ ദേവേന്ദ്രൻ എന്നതിനു പകരം താമരയിതളുകളിൽ വാണരുളുന്ന പ്രപഞ്ചസ്രഷ്ടാവായ ബ്രഹ്മാവ് എന്ന് അർഥമെടുക്കാം.

ശ്രീശങ്കര ഭഗവത്പാദരുടെ 'മനീഷാപഞ്ചകം' എന്ന മനോഹരമായ ഒരു കൃതിയിലും ഇതേ ആശയം നമുക്ക് ദർശിക്കാം. ഒരേ ചൈതന്യത്താൽ കോർത്തിണക്കിയതാണ് ബ്രഹ്മാവ് മുതൽ ഉറുമ്പുവരെ (ഇവിടെ അതിലും സൂക്ഷ്മമായ ജീവികളെന്നാണ് പറഞ്ഞിരിക്കുന്നത്) എന്നതാണ് അതിലെ ആശയം.

'യാ ബ്രഹ്മാദി പിപീലികാന്തതനുഷാ
പ്രോതാ ജഗത്സാക്ഷിണീ'

സമഷ്ടിഗതമായ തലത്തിലും വ്യഷ്ടിഗതമായ തലത്തിലുമുള്ള എല്ലാ ജീവജാലങ്ങളിലും നിറഞ്ഞുനില്ക്കുന്ന ചൈതന്യം ഭഗവാന്റേതല്ലാതെ ആരുടേതാണ്? ആ തിരിച്ചറിവാണ് പിണ്ഡനന്ദി. ആ അറിവാണ് എന്റെ ആത്മസ്വരൂപം. ഈ ദിവ്യശക്തിയാണ് പ്രപഞ്ചത്തിന്റെ ആശ്രയം. മനുഷ്യൻ സ്വപ്രയത്നം കൊണ്ട് എല്ലാം നേടിയെന്നഹങ്കരിക്കുമ്പോൾ തനിക്ക് ചൈതന്യത്തോടുകൂടിയ ശരീരം നല്കി അനുഗ്രഹിച്ച ഈശ്വരകാരുണ്യത്തെ മറന്നുപോകുന്നു. ഈ പ്രപഞ്ചത്തിൽ ഈശ്വരനല്ലാതെ – ഈശ്വര കാരുണ്യമല്ലാതെ – വേറെ എന്തെങ്കിലും ഒന്നിന് നിലനില്പുണ്ടോ? അതു തന്നെയല്ലേ ഉപനിഷത് സന്ദേശവും? "ഈശാവാസ്യമിദംസർവം'. ഗുരുദേവന്റെ ഭാഷയിൽ പറഞ്ഞാൽ."

"ഈശൻ ജഗത്തിലെല്ലാമാവസിക്കുന്നതുകൊണ്ട്."

ഈ ശ്ലോകത്തിലൂടെ പലതായി കാണുന്ന കാഴ്ചകളിൽ ഏറ്റവും

നിസ്സാരമായതുപോലും ഭഗവാന്റെ കാരുണ്യാമൃതം മാത്രമാണെന്ന് വിളിച്ചോതുകയാണ് ചെയ്യുന്നത്.

ഗർഭസ്ഥനായ ശിശു വളരുന്നതുതന്നെ ഈശ്വരകാരുണ്യം കൊണ്ടാണെന്നുള്ള തിരിച്ചറിവുണ്ടായാൽ ഇനി തുടർന്നുള്ള ജീവിതത്തിലും ഭഗവത് സ്മരണ ഉറച്ചുകിട്ടുമെന്നാണ് അടുത്ത ശ്ലോകത്തിൽ പറയുന്നത്.

ശ്ലോകം നാല്

ബന്ധുക്കളില്ല ബലവും ധനവും നിനയ്ക്കി-
ലെന്തൊന്നു കൊണ്ടതു വളർന്നതഹോ! വിചിത്രം
എൻ തമ്പുരാന്റെ കളിയൊക്കെയിതെന്നറിഞ്ഞാ-
ലന്ധത്വമില്ലതിനു നീയരുളീടു ശംഭോ! (4)

ബന്ധുക്കളില്ല	=	ഗർഭത്തിലിരിക്കുന്ന പിണ്ഡത്തിനെ പോറ്റിവളർത്താൻ അവിടെ ബന്ധുക്കളാരുമില്ല.
ബലവും ധനവും ഇല്ല	=	ആ ഇരുട്ടറയിൽ കിടന്നുഞരങ്ങുന്ന പിണ്ഡത്തിന് ശക്തിയോ സമ്പത്തോ ഇല്ല.
നിനയ്ക്കിൽ	=	ആലോചിച്ചാൽ
എന്തൊന്നുകൊണ്ട് അത് വളർന്നത്	=	അത് ആരുടെ സഹായംകൊണ്ടാണ് വളർന്നത്?
അഹോവിചിത്രം	=	അത്യാശ്ചര്യമെന്നേ പറയേണ്ടതുള്ളൂ.
എൻ തമ്പുരാന്റെ കളിയൊക്കെ യിതെന്നറിഞ്ഞാൽ	=	ഇതെല്ലാം ജഗദീശ്വരന്റെ കളിയാണെന്നറിഞ്ഞുകഴിഞ്ഞാൽ
അന്ധത്വമില്ല	=	പിന്നെ അജ്ഞാനത്തിന് വശപ്പെടുകയില്ല. (അഹങ്കരിച്ച് ഇരുട്ടിൽ പതിക്കുന്നതിൽ നിന്നും രക്ഷപ്പെടാം)
ശംഭോ	=	അല്ലയോ മംഗളസ്വരൂപനായ ഭഗവാനേ,
നീ അതിന്ന് അരുളീടു	=	അവിടുന്ന് അതിന്നായികൊണ്ട് അനുഗ്രഹിക്കണം.

ഗർഭത്തിലിരിക്കുന്ന പിണ്ഡത്തിനെ പോറ്റി വളർത്താൻ അവിടെ ബന്ധുക്കളാരുമില്ല. ആ ഇരുട്ടറയിൽ കിടന്നു ഞരങ്ങുന്ന പിണ്ഡത്തിന് ശക്തിയോ സമ്പത്തോ ഇല്ല. അത് ആരുടെ സഹായം കൊണ്ടാണ് വളരുന്നതെന്നാലോചിച്ചാൽ അത്യാശ്ചര്യമെന്നേ പറയേണ്ടതുള്ളൂ! ഇതെല്ലാം ആ ജഗദീശ്വരന്റെ കളിയാണ് എന്ന ജ്ഞാനമുണ്ടായാൽ അജ്ഞാനമാകുന്ന

ദൈവദശകം

ഇരുട്ടു കുഴിയിൽ ആരും വീണുപോകില്ല. അതാണ് അന്ധത്വമില്ലായ്മ. അല്ലയോ മംഗളസ്വരൂപനായ ഭഗവാനേ അവിടുന്ന് (ഈ അടിയന് ആ അറിവ് കിട്ടാനായി) അനുഗ്രഹിക്കണം.

ആ ഗർഭത്തിൽ കിടക്കുമ്പോൾ എനിക്ക് സഹായഹസ്തം നീട്ടിത്തരാനായിട്ട് ബന്ധുക്കളോ മറ്റ് ആരുംതന്നെയോ ഉണ്ടായിട്ടില്ല 'ബലവും ധനവും' എന്ന് ഗുരുദേവൻ അലങ്കാരഭാഷയിൽ പറയുകയാണ്. ബലം, ആൾബലമാകാം, ശരീരബലം ആകാം. ശരീരബലം ഒട്ടുംതന്നെ ഇല്ല. ബന്ധുക്കളില്ല എന്നതിലൂടെ ആൾബലവും ഇല്ല എന്ന് ഊഹിക്കണം. ധനസഹായവും ഒരു വലിയ സഹായമാണ്. പിണ്ഡത്തിന് ധനംകൊണ്ട് വലിയ പ്രയോജനമില്ല. അതുകൊണ്ടാണ് ഗുരുദേവൻ അലങ്കാരഭാഷ ഉപയോഗിച്ചു എന്നു പറഞ്ഞത്. ഈ ഇരുട്ടറവാസത്തിൽ, ഈ സഹായങ്ങൾ ഒന്നുമില്ലാത്ത അവസ്ഥയിൽ, ഭഗവാനാണ് എന്നെ കാത്തുരക്ഷിച്ചതെന്ന അറിവാണ് പിണ്ഡനന്ദി. എങ്ങനെ കാത്തുസൂക്ഷിച്ചു എന്ന് അഞ്ചാം ശ്ലോകത്തിൽ വിശദമാക്കുന്നു.

ഈ തിരിച്ചറിവ് ഒരാൾക്ക് ഉണ്ടാവുകയാണെങ്കിൽ എന്താണതിന്റെ ഫലശ്രുതി? അതാണ് അടുത്ത രണ്ടു വരികളിൽ പറയുന്നത്. അന്ധത്വം നഷ്ടപ്പെടും. ഇരുട്ടിൽ നടക്കണമെങ്കിൽ വെളിച്ചം വേണം. അജ്ഞാനമാകുന്ന ഇരുട്ടിൽനിന്ന് രക്ഷപ്പെടണമെങ്കിൽ ജ്ഞാനമാകുന്ന വെളിച്ചം വേണം. ഇവിടെ ഈ തിരിച്ചറിയലാണ് ജ്ഞാനം. ഈ ജ്ഞാനമാകുന്ന വെളിച്ചത്തിൽ അജ്ഞാനമാകുന്ന അന്ധത്വം താനേ ഇല്ലാതാകുമെന്നാണ് ഗുരുദേവൻ പറയുന്നത്. എല്ലാം ഞാൻ നടത്തുന്നു എന്ന ഭാവമാണ് അന്ധത്വം. അതിനെ വെടിയലാണ് അന്ധത്വമില്ലായ്മ. ഇത് ഭഗവത് സ്മരണയ്ക്കായിക്കൊണ്ട്, ഹേ മംഗളസ്വരൂപനായ ഭഗവാനേ, എന്നിൽ നിന്റെ അനുഗ്രഹം ചൊരിയണമേ - ഇതാണ് അത്യുദാത്തമായ പ്രാർഥന.

സ്വയംബോധം പോലുമില്ലാത്ത ഗർഭസ്ഥപിണ്ഡത്തെ ജീവചൈതന്യം കിട്ടുന്നതുവരെ കാത്തുസൂക്ഷിച്ച ബോധസ്വരൂപന്റെ സ്മരണകൾ എന്റെ കണ്ണുകളെ ഈറനണിയിക്കുന്നു. ഇതാണ് പിണ്ഡനന്ദിയുടെ വൈകാരിക പ്രകടനം. അതാണ് അഞ്ചാംശ്ലോകത്തിൽ നാം കാണുന്നത്.

ശ്ലോകം അഞ്ച്

നാലഞ്ചുമാസമൊരുപോൽ നയനങ്ങൾ വച്ചു
കാലന്റെ കൈയിലണയാതെ വളർത്തി നീയേ
കാലം കഴിഞ്ഞു കരുവിങ്കലിരുന്നു ഞാന-
ക്കാലം നിനച്ചു കരയുന്നിതു കേൾക്ക ശംഭോ.

നാലഞ്ചുമാസം	=	ഗർഭവാസമായ 9 മാസം (നാലും അഞ്ചും കൂടിയാൽ ഒമ്പത്)
നയനങ്ങൾ വച്ച്	=	സദാ നോക്കിരക്ഷിച്ച് (കൺപോളകൾ ചലിപ്പിക്കാതെ)

ദൈവദശകം

കാലന്റെ കൈയിൽ അണയാതെ	=	കാലന്റെ കൈയിൽ അകപ്പെടാതെ, അതു നശിച്ചു പോകാതെ
വളർത്തി നീയേ	=	നീ എന്നെ വളർത്തിക്കൊണ്ടുവന്നു
കരുവിങ്കലിരുന്നു കാലം കഴിഞ്ഞു	=	കരുവായി ഗർഭപാത്രത്തിൽ ഇരുന്ന് കാലം കഴിഞ്ഞുപോയി
അക്കാലം	=	ഗർഭസ്ഥ ശിശുവായിരുന്ന കാലം
ഞാൻ നിനച്ചു കരയുന്നു	=	ആലോചിക്കുമ്പോൾ കൃതജ്ഞതകൊണ്ടു ഞാൻ കരഞ്ഞുപോകുന്നു
ശംഭോ	=	മംഗളസ്വരൂപനായ നീ
ഇതു കേൾക്ക	=	ഇതു കേൾക്കുമല്ലോ?

അമ്മയുടെ ഗർഭത്തിൽ കിടന്ന ആ കാലമത്രയും കാലന്റെ കൈയിൽ അകപ്പെടാതെ - അതായത് ആ പിണ്ഡം നശിച്ചുപോകാതെ - കണ്ണിമപൂട്ടാതെ നീയെന്നെ കാത്തുരക്ഷിച്ച് വളർത്തിക്കൊണ്ടുവന്നു. കരുവായി ഗർഭ പാത്രത്തിൽ ഇരുന്നകാലം കഴിഞ്ഞുപോയെങ്കിലും ആ കാലത്തെ കുറിച്ചാലോചിക്കുമ്പോൾ കൃതജ്ഞതകൊണ്ട് എന്റെ കണ്ണുകൾ നിറഞ്ഞുപോകുന്നു. മംഗളസ്വരൂപിയായ ഭഗവാനേ, ഞാനീ പറഞ്ഞതെല്ലാം നീ കേൾക്കുന്നുണ്ടല്ലോ?

ഈ ശ്ലോകത്തിലെ ആശയം ശരിയായി ഉൾക്കൊള്ളാൻ സാധിച്ചാൽ, ഈ ശ്ലോകം വായിക്കുന്നവരുടേയോ, കേൾക്കുന്നവരുടേയോ മനനം ചെയ്യുന്നവരുടേയോ കണ്ണുകൾ നിറയാതിരിക്കുകയില്ല. അത്രയ്ക്കുണ്ട് അതിന്റെ ആഴം!

പിണ്ഡത്തിന് ഗർഭവാസത്തിൽ ചൈതന്യമുണ്ടെങ്കിലും തിരിച്ചറിവുണ്ടായിരുന്നില്ല. അമ്മയുടെ ഗർഭപാത്രത്തിൽ വളർച്ച പൂർത്തിയാക്കിയശേഷം പുറത്തുവരുന്ന ജീവൻ, ഗർഭവാസസമയത്ത്, കാലന് കൊടുക്കാതെ തന്നെ നോക്കി രക്ഷിച്ച മംഗളസ്വരൂപന്റെ കാരുണ്യത്തെക്കുറിച്ചോർക്കുമ്പോഴുണ്ടാകുന്ന അനുഭവമാണ് ഈ ശ്ലോകത്തിൽ പ്രകടമാകുന്നത്. ആ ചൈതന്യം (മംഗളസ്വരൂപൻ) തന്നെയാണ് പിൽക്കാലത്തും തുണയായിട്ടുള്ളത്, അല്ലാതെ അമ്മയോ അച്ഛനോ മറ്റു ബാഹ്യവസ്തുക്കളോ അല്ല, എന്ന തിരിച്ചറിവാണ് ഇവിടെ പിണ്ഡനന്ദി.

തനിക്ക് തന്റെ ദേഹത്തിന്റെയോ മനസ്സിന്റെയോ വളർച്ചയിൽ യാതൊരു പങ്കുമില്ലെന്ന് മനസ്സിലാക്കി ഈ ശരീരത്തിന്റെ ഉദ്ഭവവും വളർച്ചയും ഭഗവത്പ്രസാദമായി കരുതി ഒരുവൻ ജീവിതം കഴിക്കുമെങ്കിൽ അവൻ ധന്യനായി. അയാളുടെ ഹൃദയം ഭക്തികൊണ്ട് നിറയും. അന്വേഷിക്കേണ്ടത് തന്റെ ഉള്ളിന്റെ ഉള്ളിൽ കുടികൊള്ളുന്ന ആത്മചൈതന്യത്തെയാണെന്ന തിരിച്ചറിവുണ്ടാകും.

ഗുരുദേവന്റെ കണ്ണാടി പ്രതിഷ്ഠയിലൂടെ - അതിലെ ഓംകാര ലിപിയിലൂടെ - ഞാൻ കാണുന്നത് എന്നിലെ നാദബ്രഹ്മത്തെയല്ലേ? ആ ഓംകാര ബ്രഹ്മമാണ് - ബോധമാണ് - ഞാനെന്ന തിരിച്ചറിവ്. അതാണ് പിണ്ഡനന്ദി.

6-ാമത്തെ ശ്ലോകത്തിൽ പറയുന്നു, ഗർഭവാസത്തിൽ എന്നെ നോക്കി രക്ഷിച്ചതും അതിനുശേഷം പുറത്തുവന്ന എന്നെ കാത്തുരക്ഷിച്ചതും ഭഗവാനല്ലാതെ ആരുമല്ല. അതുകൊണ്ട് എന്റെ യഥാർഥ താതൻ ഭഗവാൻ മാത്രം!

ശ്ലോകം ആറ്

രേതസ്സുതന്നെയിതു രക്തമൊടും കലർന്ന
നാദം തിരുണ്ടുരുവതായ് നടുവിൽ കിടന്നേൻ
മാതാവുമില്ലവിടെയന്നു പിതാവുമില്ലെൻ
താതൻ വളർത്തിയവനാണിവനിന്നു ശംഭോ!

രേതസ്സുതന്നെ	=	അച്ഛനിൽ നിന്നുള്ള ബീജവും
ഇതു രക്തമൊടും കലർന്ന്	=	ഇത് അമ്മയുടെ അണ്ഡവുമായി സംയോജിച്ച്
നാദം തിരുണ്ട്	=	ഈശ്വരവാചകമായ പ്രണവധ്വനിയുമായി കൂടിക്കലർന്ന്
ഉരുവതായ്	=	ഒരു ജീവസത്തയായി
നടുവിൽ കിടന്നേൻ	=	അമ്മയുടെ ഗർഭപാത്രത്തിൽ തങ്ങുകയുണ്ടായി
അന്ന് അവിടെ	=	ആ സമയത്ത് അവിടെ (രക്ഷയ്ക്കായി)
മാതാവുമില്ല	=	(പരിലാളനയ്ക്കായി) അമ്മയില്ല
പിതാവുമില്ല	=	സംരക്ഷണത്തിനായി അച്ഛനുമില്ല
ശംഭോ	=	മംഗളസ്വരൂപനായ ഭഗവാനേ
എൻതാതൻ വളർത്തിയ വനാണ് ഇന്ന്	=	പിതാവായ അങ്ങ് വളർത്തിയവനാണ് ഞാനിന്ന്

പിതൃബീജവും മാതാവിന്റെ അണ്ഡവും സംയോജിച്ച്, ഈശ്വരവാചകമായ പ്രണവധ്വനിയുമായി കൂടിക്കലർന്ന് ഒരു ജീവിസത്തയായി അമ്മയുടെ ഗർഭപാത്രത്തിൽ കിടക്കുന്ന സമയത്ത് പരിലാളനയ്ക്കോ സംരക്ഷണത്തിനോ ആയിക്കൊണ്ട് മാതാവോ പിതാവോ അവിടെ ഉണ്ടായിരുന്നില്ല. എന്നെ വളർത്തിക്കൊണ്ടുവന്ന പിതാവ് ഹേ മംഗളസ്വരൂപനായ ഭഗവാനേ! അങ്ങു മാത്രമാണ്. ഇന്നു ഞാനതു തിരിച്ചറിയുന്നു.

ഈ തിരിച്ചറിവാണ് പിണ്ഡനന്ദി.

ഓരോ കുട്ടിയും ഈശ്വരസൃഷ്ടിയാണ്. ആ ഈശ്വരസൃഷ്ടിയിൽ മാതാപിതാക്കൾക്കുള്ള പങ്ക് വിവരിക്കുകയാണ് ആദ്യവരിയിലൂടെ ഗുരുദേവൻ. പഞ്ചഭൂതാത്മകമായ സ്ഥൂലശരീരം മാതാപിതാക്കളുടെ സംഭാവനയാണ്. പിതാവിന്റെ ബീജവും മാതാവിന്റെ അണ്ഡവും ചേർന്ന് രൂപപ്പെട്ടതാണ് പിണ്ഡം. അതിന് ചൈതന്യം നല്കി, പ്രണവശബ്ദം (നാദബ്രഹ്മം) ഉദിച്ചത് അങ്ങയുടെ അനുഗ്രഹത്താലാണ്. ഈ ജീവൻ ഗർഭപാത്രത്തിൽ കിടക്കുമ്പോൾ അതിന്റെ യാതനകൾ അറിഞ്ഞ് രക്ഷിക്കാൻ അച്ഛനോ അമ്മയോ ഉണ്ടായിട്ടില്ല. രക്ഷകനായിട്ടുള്ള അല്ലയോ കാരുണ്യമൂർത്തേ, എന്നെ എപ്പോഴും കാത്തുരക്ഷിച്ച എന്റെ പിതാവ് അങ്ങാണെന്ന് ഞാനറിയുന്നു. അങ്ങുതന്നെയാണ് ശരിയായ അർഥത്തിൽ എന്റെ പിതാവ്. ഇതൊരു മഹത്തായ പ്രസ്താവനയാണ്. അതാണിവിടെ ഗുരുദേവൻ അവതരിപ്പിക്കുന്നത്.

ഇതേ ആശയം ഭാഗവതം തൃതീയ സ്കന്ധത്തിലും ഗർഭോപനിഷത്തിലും വിവരിച്ചിട്ടുണ്ട്. അഞ്ചാംമാസത്തിൽ ബോധം വന്ന ജീവൻ ജഠരാഗ്നിയിൽ വെന്തുനീറുന്ന അവസ്ഥയിൽ പഴയ കർമങ്ങളെല്ലാം ഓർമ വരുന്നു. ഭയചകിതനായ ജീവൻ ഭഗവാനെ വിളിച്ച് അഭയം തേടുകയും സ്തുതിക്കുകയും ചെയ്യുന്നു. ഈ തടവറയിൽ നിന്ന് എങ്ങനെയെങ്കിലും പുറത്തുകടന്നാൽ ഒരിക്കലും ഭഗവാനെ മറക്കുകയില്ലെന്ന് പ്രതിജ്ഞ ചെയ്യുന്നു. പക്ഷേ, പുറത്തുകടന്നതോടെ അവിദ്യാരൂപിണിയായ മായയുടെ അജ്ഞാനവലയത്തിൽപെട്ട് എല്ലാം മറന്നുപോകുന്നു. ഏതൊരു ജീവൻ ഇതെല്ലാം വിവേകബുദ്ധിയോടെ മനസ്സിലാക്കുന്നുവോ, ആ ജീവന്റെ ജീവിതം ഭഗവദർപ്പിതമാണ്. എപ്പോഴും എന്റെ രക്ഷകൻ ഭഗവാൻ മാത്രമാണ്, ആ തണലിലാണ് ഞാൻ എന്ന തിരിച്ചറിവ്. അതാണ് പിണ്ഡനന്ദി.

അടുത്ത ശ്ലോകം - 7-ാം ശ്ലോകം - ഈ ഗർഭവാസത്തിലെ നരകയാതന മറക്കുവാനുള്ള കഴിവുതന്ന ഭഗവാനോടുള്ള നന്ദിപ്രകടനമാണ്.

ശ്ലോകം ഏഴ്

അന്നുള്ള വേദന മറന്നതു നന്നുണർന്നാ-
ലിന്നിങ്ങുതന്നെരിയിൽ വീണു മരിക്കുമല്ലോ!
പൊന്നപ്പനന്നു പൊറിവാതിലൊരഞ്ചുമിട്ടു
തന്നിട്ടുതന്നെയിതുമിന്നറിയുന്നു ശംഭോ!

അന്നുള്ള വേദന	=	ഗർഭസ്ഥശിശുവായിരുന്നപ്പോൾ മുജ്ജന്മ സ്മരണകൾ ഉണർത്തിയ ക്ലേശങ്ങൾ
മറന്നത് നന്ന്	=	ഇപ്പോൾ ഓർമയിൽ വരാത്തത് നന്നായി
ഉണർന്നാൽ	=	അഥവാ ഓർമവരികയാണെങ്കിൽ

ഇന്നിങ്ങുതന്നെരിയിൽ വീണു മരിക്കും	=	ആ ഓർമയുടെ (തീവ്രദുഃഖത്തിന്റെ) എരിയുന്ന തീയിൽ വീണു നശിക്കാനിടയാകും.
അയ്യോ	=	(ഓർക്കുമ്പോൾ ഭയം തോന്നുന്നു)
ശംഭോ	=	മംഗളസ്വരൂപിയായ ഭഗവൻ
പൊന്നപ്പൻ	=	സ്നേഹനിധിയായ അവിടുന്ന്
അന്ന്	=	(ഒരു പിണ്ഡാകാരമായി) കിടന്നപ്പോൾ
പൊറിവാതിൽ ഒരഞ്ചും	=	അറിവിനായിക്കൊണ്ട് പഞ്ചജ്ഞാനേന്ദ്രിയങ്ങളാകുന്ന അഞ്ചു കൊച്ചുവാതിലുകൾ
ഇട്ടുതന്നിട്ടുതന്നെ	=	ഘടിപ്പിച്ചുതന്നതുകൊണ്ട്
ഇതുമിന്നറിയുന്നു	=	ഇതും ഇന്നറിയാൻ ഇടയായി

ഗർഭസ്ഥ ശിശുവായിരുന്നപ്പോൾ മുജ്ജന്മസ്മരണകൾ ഉണർത്തിയ ക്ലേശങ്ങൾ ഇപ്പോൾ ഓർമയിൽ വരാത്തത് നന്നായി. അഥവാ ഓർമവരികയാണെങ്കിൽ ആ ഓർമയുടെ (തീവ്രദുഃഖത്തിന്റെ) എരിതീയിൽ ഞാൻ വീണു നശിച്ചിട്ടുണ്ടാകും. ഓർക്കുമ്പോൾ ഭയം തോന്നുന്നു. മംഗളസ്വരൂപിയായ ഭഗവൻ, സ്നേഹനിധിയായ അവിടുന്ന് ഈ അരുമക്കുഞ്ഞിന് പിണ്ഡാകാരമായി കിടന്നപ്പോൾ തന്നെ അറിവിലേക്കായിക്കൊണ്ട് അഞ്ചു കൊച്ചുകിളിവാതിലുകൾ ഘടിപ്പിച്ചുതന്നു. അതുകൊണ്ടുതന്നെ ഇതെല്ലാം അറിയാനിടയായി. (അതിൽകൂടിതന്നെ അങ്ങയുടെ കരവിരുതായ പ്രപഞ്ചവും ആസ്വദിക്കാൻ സാധിച്ചു.)

വേദനകൾ മറികടക്കാനും മറക്കാനും കഴിയണമെങ്കിൽ ദൈവാനുഗ്രഹം കൂടിയേ തീരൂ. അതില്ലെങ്കിൽ എന്തു സംഭവിക്കുമായിരുന്നു എന്നതാണ് ഇവിടെ പിണ്ഡം വെളിപ്പെടുത്തുന്നത്. ഗർഭവാസ സമയത്ത് ഗർഭപാത്രമാകുന്ന ഇരുട്ടറയിൽ കിടന്ന് തീവ്രദുഃഖം അനുഭവിക്കേണ്ടി വന്നിട്ടുണ്ട് ഈ പിണ്ഡത്തിന്. ആ വേദനകളുടെ ഓർമകൾ സ്മരണയിൽ നിന്ന് മാഞ്ഞുപോയിട്ടില്ലെങ്കിൽ ഓർമകളുടെ എരിതീയിൽ ഞാൻ വെന്തുപോകുമായിരുന്നു. കരുണാമയനായ ഭഗവാൻ ജീവന് അങ്ങനെ ഒരവസരം നല്കിയില്ല. ഹേ ഭഗവൻ, ഇതിന് ഞാനെങ്ങനെയാണ് നന്ദി അറിയിക്കേണ്ടത്?

മാത്രമോ, ഈ ഓർമകൾ എന്നിൽ നിന്ന് തുടച്ചുകളയുക മാത്രമല്ല, ഞാൻ ഗർഭപാത്രത്തിൽ ഇരിക്കുമ്പോൾ തന്നെ കരുണാമയനായ പിതാവ് തന്റെ വാത്സല്യഭാജനമായ ഈ കുരുന്നുകുഞ്ഞിന്റെ ദേഹത്തിൽ അഞ്ച് ചെറിയ കിളിവാതിലുകൾ ഘടിപ്പിച്ചുതന്നു. എന്തിനുവേണ്ടി? കുഞ്ഞു പുറത്തുവരുമ്പോൾ ഭഗവാന്റെ കൈവിരുതായ പ്രപഞ്ചസൃഷ്ടിയെ അറിഞ്ഞ് ആസ്വദിക്കാനായി. ഇതെല്ലാം ഞാൻ അറിയുന്നുണ്ട്, ആസ്വദിക്കുന്നുണ്ട് ഭഗവാനേ! എന്ന് വീണ്ടും വീണ്ടും ഊന്നിപ്പറയുകയാണ്.

ഈ പ്രപഞ്ചം നാം അനുഭവിക്കുന്നത് പഞ്ചജ്ഞാനേന്ദ്രിയങ്ങളിലൂടെയാണ്. ചെവി (ശ്രോത്രം), കണ്ണ് (ചക്ഷുസ്സ്), തൊലി (ത്വക്), നാവ് (നാക്ക്, രസനേന്ദ്രിയം), മൂക്ക് (നാസിക) ഇവയാണ് അഞ്ചു ജ്ഞാനേന്ദ്രിയങ്ങൾ. പഞ്ചേന്ദ്രിയങ്ങളായ ഈ ഉപകരണങ്ങൾ ഘടിപ്പിച്ചുതന്ന ഭഗവാൻ തന്നെയാണ് ഈ പ്രകൃതിയുടെ മൂലസ്ഥാനമെന്നറിയുന്നു. ആ ഈശ്വരനെ കണ്ടെത്തുക. ആ കണ്ടെത്തലായിരിക്കണം ജീവിതയാത്രയുടെ സാക്ഷാത്കാരം. അങ്ങനെയാണ് ജീവൻ ഈശ്വരനോട് നന്ദി പുലർത്തേണ്ടത്.

"പൊന്നപ്പനന്നു പൊറിവാതിലൊരഞ്ചുമിട്ടു."

ഈ വരിയിൽ പൊന്നപ്പനെന്ന പദത്തിന് വളരെയധികം പ്രസക്തിയുണ്ട്. തന്റെ കുഞ്ഞിനോട് അത്രയധികം വാത്സല്യം ഉതറുന്ന പിതാവ്. ഇത് സാധാരണ പ്രയോഗമാണെന്ന് തോന്നും. ശരിയാണ് പൊന്നുമോളെ, അല്ലെങ്കിൽ പൊന്നുമോനേ എന്നൊക്കെ നാം സംബോധന ചെയ്യാറില്ലേ? ഇവിടെ പൊന്നുപോലെ മൂലവത്തായിരിക്കുന്ന ഈശ്വരനെയാണ് പൊന്നപ്പൻ എന്ന പദം സൂചിപ്പിക്കുന്നത്. പഞ്ചേന്ദ്രിയങ്ങളെയാണ് പൊറിവാതിൽ എന്നു പറയുന്നത്. പൊറി എന്നാൽ അറിവെന്നാണിവിടെ അർഥമെടുക്കേണ്ടത്.

ഈശ്വരൻ വിശ്വശില്പിയാണ്. ആ വിശ്വശില്പിയുടെ കരവിരുത് കവിയും ഋഷിയുമായ ഗുരുദേവന്റെ തൂലികയിലൂടെ ഒഴുകുന്നതാണ് നാമിവിടെ കാണുന്നത്. അഞ്ചു കൊച്ചു കിളിവാതിലുകൾ എനിക്ക് ഘടിപ്പിച്ചുതന്നു എന്നു പറയണമെങ്കിൽ സർഗപ്രതിഭയ്ക്കല്ലാതെ ആർക്കാണ് കഴിയുക?

എന്റെ അമ്മ എന്നെ ഗർഭപാത്രത്തിൽ ചുമക്കുമ്പോൾ അമ്മയുടെ മനഃസ്ഥിതി എന്തായിരിക്കും? അകത്തു കിടക്കുന്ന ചുമടാണോ, അതോ ഭൗതിക പ്രതീക്ഷയുടെ കരുവോ – 8–ാം ശ്ലോകം നോക്കുക!

ശ്ലോകം എട്ട്

എൻതള്ളയെന്നെയകമേ ചുമടായ്ക്കിടത്തി
വെന്തുള്ളഴിഞ്ഞു വെറുതെ നെടുവീർപ്പുമിട്ടു
നൊന്തിങ്ങു പെറ്റു നരിപോലെ കിടന്നു കൂവു-
ന്നെന്താവതിങ്ങടിയനൊന്നരുളീടു ശംഭോ!

എൻതള്ള	=	എന്റെ അമ്മ
എന്നെ അകമേ		
ചുമടായ് കിടത്തി	=	എന്നെ പത്തുമാസം ഗർഭപാത്രത്തിൽ ചുമടായി കിടത്തി
വെറുതെ വെന്തുള്ളഴിഞ്ഞു	=	എന്നെകുറിച്ച് അമ്മയുടെ ഉള്ളം അകാരണമായി ആകുലമായി

നെടുവീർപ്പുമിട്ട്	=	പ്രയോജനശൂന്യങ്ങളായ നിരവധി പ്രതീക്ഷ കളോടെ ദീർഘമായി നിശ്വസിച്ച്
നൊന്തിങ്ങു പെറ്റു	=	കഠിനമായ വേദന സഹിച്ച് പ്രസവിച്ചു
നരിപോലെ കിടന്നു		
കൂവുന്നു	=	പെൺനരിപോലെ കൂക്കിവിളിച്ചുകൊണ്ട്
ശംഭോ	=	മംഗളസ്വരൂപിയായ ഭഗവാനേ,
ഇങ്ങ് അടിയന് എന്താവത്	=	ഇവിടെ ഈ ഭക്തദാസൻ എന്തു ചെയ്യണം?
ഒന്ന് അരുളിടു	=	ഒന്ന് അങ്ങെനിക്കു പറഞ്ഞുതരൂ

എന്റെ അമ്മ എന്നെ ഒരു ചുമടുപോലെ ഗർഭപാത്രത്തിൽ പത്തുമാസത്തോളം കൊണ്ടുനടന്നു. എന്നെക്കുറിച്ച് അകാരണമായി അമ്മ വ്യാകുലപ്പെട്ടു. മാത്രമോ? പ്രയോജനശൂന്യങ്ങളായ നിരവധി പ്രതീക്ഷകളും വെച്ചു പുലർത്തി. കഠിനമായ വേദന സഹിച്ച് പ്രസവിച്ചു. ഒരു പെൺകടുവയെപ്പോലെ കൂവിവിളിച്ചു. ഇത് എല്ലാം എന്തിനാണെന്ന് എനിക്ക് അറിയില്ല. മംഗളസ്വരൂപിയായ ഭഗവാനേ, അങ്ങുതന്നെ എനിക്കൊന്നു പറഞ്ഞുതന്ന് അനുഗ്രഹിക്കൂ.

ഓരോ അമ്മയും കുഞ്ഞിനെ പ്രസവിക്കുന്നത് വേദനയോടെയാണ് (ആധുനികശാസ്ത്രം വേദനയില്ലാതെ പ്രസവിക്കാമെന്നൊക്കെ പറയുന്നുണ്ടെങ്കിലും) പ്രസവിക്കുമ്പോൾ അമ്മ അനുഭവിക്കുന്ന വേദനകളെ ഓർത്ത് നാം കൃതജ്ഞരാവേണ്ടതാണ്.

ഇവിടെ ഒന്നുകൂടി ഓർക്കുന്നത് നന്ന്. നൊന്തുപെറ്റ അമ്മ പിന്നീടൊരിക്കലും ആ വേദനയെക്കുറിച്ച് ഓർത്ത് വിഷമിക്കാറില്ല. ഇവിടെ ഭഗവാൻ പിണ്ഡത്തിന്റെ ഗർഭവാസത്തിലെ തീവ്രദുഃഖം മറക്കാൻ കാരുണ്യം കാട്ടിയതുപോലെത്തന്നെ, അമ്മയ്ക്കും ഈ കാരുണ്യം ലഭിച്ചിട്ടുണ്ട്. അതുകൊണ്ടാണല്ലോ അവർ വീണ്ടും വീണ്ടും പ്രസവിക്കാൻ തുനിയുന്നത്. ഭഗവാന്റെ അനുഗ്രഹകാരുണ്യം എന്നല്ലാതെ വേറെ എന്തു പറയാൻ?

ഒരു പുത്രനോ പുത്രിക്കോ വേണ്ടി പ്രാർഥിക്കുന്നവരുണ്ട്. പ്രസവിച്ച കുട്ടികളെ തെരുവിൽ വലിച്ചെറിയുന്ന അമ്മമാരും ഭ്രൂണഹത്യ നടത്തുന്ന അമ്മമാരും ഇതിന്നൊരപവാദമാണ്. ഇവിടെ വേദന സഹിച്ച് നെടുവീർപ്പിട്ട് തന്റെ ഭൗതിക പ്രതീക്ഷകളുടെ സാക്ഷാത്കാരമായി മക്കളെ കാണുന്ന അമ്മമാരെയാണ് വിശേഷബുദ്ധിയില്ലാത്ത പെൺകടുവയോട് ഗുരുദേവൻ ഉപമിച്ചിരിക്കുന്നത്.

ഗർഭസമയത്തുതന്നെ ഞാനും എന്റെ ഗർഭപാത്രത്തിൽ വളർന്നുവരുന്ന ഈ കുരുന്നു ജീവനും ഭഗവദ് പ്രസാദമെന്ന് കരുതുന്ന മാതാവിന് ഈ എരിപൊരിസഞ്ചാരം ഉണ്ടാവുകയില്ല. ഇവിടെ ഒരു വലിയ വസ്തുതയിലേക്കാണ് ഗുരുദേവൻ വിരൽ ചൂണ്ടുന്നത്. ഈ വസ്തുത ഓരോ മാതാപിതാവും ശ്രദ്ധിക്കേണ്ടതാണ്. കാമത്തിൽ നിന്നായിരിക്കരുത് ഒരു

കുഞ്ഞിന്റെ ജനനം, തപസ്സിൽ നിന്നായിരിക്കണം. പരിശുദ്ധമായ ഭക്തി, സ്നേഹം, ആദരവ് എന്നിവയോടുകൂടിയ മനസ്സുമായിട്ടായിരിക്കണം ഒരു കുഞ്ഞിന് പിറവി കൊടുക്കാൻ മാതാപിതാക്കൾ തുനിയേണ്ടത്. അതാണ് ഇവിടെ തപസ്സ് എന്നു പറയുന്നത്.

അങ്ങനെ ഒരവസ്ഥയിലുള്ള ഒരു മാതാവിനും ഗർഭം ഒരു ഭാരമല്ല. ഭഗവത്പ്രസാദം ആയി ഗർഭത്തെ കണക്കാക്കുമ്പോൾ അത് എങ്ങനെ ഒരു ചുമടായിത്തീരും? അമ്മ ഈശ്വരന്റെ കൈയിലെ ഉപകരണമാണ്. എത്ര അമ്മമാർ ഇങ്ങനെ കരുതുന്നു? ഭാരമുള്ള നമ്മെ വയറ്റിൽ വഹിക്കുന്ന അമ്മയുടെ ത്യാഗത്തെകൂടിയാണ് ഇതിലൂടെ പ്രകീർത്തിക്കുന്നത്.

ഈ അമ്മയുടെ ത്യാഗത്തെ പ്രകീർത്തിച്ചുകൊണ്ട് ശ്രീഭഗവദ്പാദർ എഴുതിയ ഹൃദയസ്പർശിയായ കൃതിയാണ് മാതൃപഞ്ചകം.

നൊന്തിങ്ങു പെറ്റു നരിപോലെ കിടന്നു കൂവുന്നു. ഒരു കുഞ്ഞ് പിറന്നു കാണാൻ എത്ര വേദന സഹിക്കാനും അമ്മമാർ തയ്യാറാണ്. അമ്മ വേദന കൊണ്ട് പുളയുമ്പോൾ ഒരു നരിയെപ്പോലെ കൂവിവിളിക്കുന്ന നാരിയായി മാറുന്നു. ജീവിതത്തിലെ മറ്റൊരു വേദനയുമായി പ്രസവവേദനയെ ഉപമിക്കാൻ സാധ്യമല്ല. ഭഗവാന്റെ കൃപ ഒന്നുകൊണ്ടു മാത്രമേ ഇതെല്ലാം മനസ്സിലാക്കാൻ സാധിക്കൂ. അതാണ് ഇവിടെ പറയുന്നത്, "എന്താവതിങ്ങ് അടിയന് ഒന്നരുളീടു ശംഭോ." എന്ന്.

ഇതിന്റെ എല്ലാം അർഥമെന്താണ്? ശംഭുവിനോടുള്ള ചോദ്യമാണ്. അമ്മ ചുമടായി താങ്ങുന്നതും വെന്തുള്ളഴിയുന്നതും നൊന്തുപ്രസവിക്കുന്നതും നരിയെപ്പോലെ കൂവി വിളിക്കുന്നതും ഒരു നിഗൂഢതയായി ഞാൻ മനസ്സിലാക്കുന്നു. ഇതിന്റെ അർത്ഥം എനിക്കു മനസ്സിലാക്കണമെങ്കിൽ എനിക്ക് ആത്മജ്ഞാനം കൈവരണം. അതിനായി എന്നെ അനുഗ്രഹിക്കൂ എന്ന് പ്രാർഥിക്കുകയാണിവിടെ.

മാതാപിതാക്കളോട് ഒരു കടപ്പാട് എന്നിൽ എന്നും ഉണ്ടാകാൻ സഹായിക്കണേ ഭഗവാനേ – ഇതാണ് പിണ്ഡനന്ദി.

സംസാരക്ലേശം അകറ്റി ജീവിതം ധന്യമാക്കുവാൻ ഭഗവദ് കാരുണ്യം കൊണ്ടു മാത്രമേ സാധിക്കുകയുള്ളൂ എന്ന് സ്ഥാപിച്ചുകൊണ്ട് ഗുരുദേവൻ തന്റെ പിണ്ഡനന്ദിയെന്ന കൃതിയെ ഉപസംഹരിക്കുകയാണ് അടുത്ത ഒമ്പതാമത്തെ ശ്ലോകത്തിൽ.

ശ്ലോകം ഒമ്പത്

എല്ലാമറിഞ്ഞു ഭഗവാനിവനിന്നെടുത്തു
ചൊല്ലേണമോ ദുരിതമൊക്കെയകറ്റണേ നീ
ഇല്ലാരുമിങ്ങടിയനങ്ങൊഴിയുന്നുവെങ്കി–
ലെല്ലാം കളഞ്ഞെരുതിലേറി വരുന്ന ശംഭോ!

എല്ലാമറിഞ്ഞു ഭഗവാൻ	=	സർവജ്ഞനായ ഭഗവാൻ എല്ലാമറിയുന്നവനാണല്ലോ?
ഇവനിന്നെടുത്തു ചൊല്ലണമോ	=	ഇവനിനി ഓരോന്നും എടുത്തു പറയേണ്ട കാര്യമുണ്ടോ?
എരുതിലേറിവരുന്ന ശംഭോ	=	കാളപ്പുറത്തേറിവരുന്ന ശിവ ഭഗവാനേ
എല്ലാം കളഞ്ഞു	=	എല്ലാത്തിനേയും ഉപേക്ഷിച്ച (അടിയന്റെ)
ദുരിതമൊക്കെയകറ്റണേ നീ	=	ദുരിതങ്ങളെല്ലാം നീ മാറ്റിത്തരണേ
അങ്ങ് ഒഴിയുന്നുവെങ്കിൽ	=	അങ്ങ് എന്നെ കൈവിടുകയാണെങ്കിൽ
ഇല്ലാരുമില്ലടിയന്	=	ഈ അടിയന്ന് - ഭക്തദാസന് - വേറെ ആരുമില്ലതന്നെ

ഭഗവാൻ സർവജ്ഞനാണ്. ആ ഭഗവാന്റെ ജ്ഞാനസീമയ്ക്ക് അതിരുകളില്ല. (ഇതെല്ലാം) ഇവൻ ഓരോന്നും എടുത്ത് പറയേണ്ട ആവശ്യമില്ലല്ലോ? മുതുകാളപ്പുറത്തുകേറിവരുന്ന മംഗളസ്വരൂപനായ അല്ലയോ ഭഗവൻ, എല്ലാം ഉപേക്ഷിച്ച അടിയന്റെ ദുരിതങ്ങളൊക്കെ നീ മാറ്റിത്തരണമേ! അവിടുന്നുകൂടി കൈവിട്ടാൽ ഈ ലോകത്ത് എനിക്ക് ആശ്രയമായി വേറെ ആരുമില്ല.

സമ്പൂർണമായ ശരണാഗതിയാണ് ഈ അവസാനശ്ലോകത്തിലെ പ്രമേയം. എല്ലാമറിയുന്ന, എല്ലാറ്റിന്റെയും കാരണങ്ങൾക്ക് കാരണവും എന്നാൽ സ്വയംകാരണമില്ലാത്തതുമായ ആ ബോധത്തിലേക്കുള്ള അർപ്പണം - ഇതാണിവിടെ.

സർവജ്ഞനായ ഭഗവാൻ ചെറുതിൽ ചെറുതായ ഒരു ജീവിയുടെ ഉള്ളത്തിലെ പ്രാർഥനപോലും അറിയുന്നുണ്ട്. ബ്രഹ്മാവ് മുതൽ അണുവരെ കോർത്തിണക്കുന്ന ചൈതന്യതത്ത്വമാണ് ഭഗവാൻ. ഈ ഒരറിവ് എനിക്കുണ്ട്. അതുകൊണ്ടുതന്നെ ഞാൻ വീണ്ടും വീണ്ടും എടുത്തു പറയേണ്ടതില്ലല്ലോ. എങ്കിലും എന്റെ ഒരു മനസ്സമാധാനത്തിനുവേണ്ടി ഒരപേക്ഷ നിന്റെ മുന്നിൽ വെക്കുന്നു. അതായത് കാളയുടെ പുറത്തു കേറിവരുന്ന മംഗളസ്വരൂപനേ, അപേക്ഷ ഇത്ര മാത്രം - അങ്ങ് എന്നെ കൈവിടരുതെ; എന്റെ ദുരിതങ്ങളെല്ലാം അകറ്റിത്തരണമേ! ഇങ്ങ് (ഇവിടെ) ഈ ലോകത്തിൽ സഹായത്തിനായി ആരുമില്ല. അങ്ങു മാത്രം.

ഗുരുദേവന്റെ അതിമനോഹരമായ മറ്റൊരു കൃതിയാണ് ഇവിടെ ഓർമയിൽ വരുന്നത്. “ദൈവമേ, കാത്തുകൊൾകങ്ങ്, കൈവിടാതിങ്ങു ഞങ്ങളെ.” (ദൈവദശകം). മനോഹരമായ പ്രാർഥനയോടുകൂടി ദൈവദശകം തുടങ്ങുമ്പോൾ, അതേ പ്രാർഥനയോടുകൂടി പിണ്ഡനന്ദി എന്ന കൃതി അവസാനിക്കുന്നു.

ദൈവദശകം

അങ്ങാണ് കൈപിടിച്ച് എന്നെ നടത്തുന്നതെന്ന ഉറച്ച വിശ്വാസം - അതാണെന്നിലുള്ളത്. അതാണ് പിണ്ഡനന്ദി.

പ്രാർത്ഥനാതലത്തിൽ പറയുമ്പോൾ അതാണെന്റെ പ്രാർഥന!

ഇവിടെ 'എരുതിലേറിവരുന്ന ശംഭോ' എന്ന പ്രയോഗം വളരെ ശ്രദ്ധാർഹമാണ്. മുൻശ്ലോകങ്ങളിൽ മംഗളസ്വരൂപനായ ഭഗവാനേ (ശംഭോ) എന്നാണ് സംബോധന ചെയ്തിട്ടുള്ളത്. 'ശംഭോ' എന്നാൽ, മംഗള സ്വരൂപൻ - ആനന്ദസ്വരൂപൻ എന്നു മാത്രം.

ഈ ശ്ലോകങ്ങളിലൊന്നിലും ഭഗവാന്റെ രൂപത്തിനെക്കുറിച്ച് പരാമർശിച്ചിട്ടില്ല. എന്നാൽ ഇവിടെ ഞാൻ നന്ദിയുടെ പുറത്ത് കേറി ഇരുന്നു വരുന്ന ഭഗവാനെയാണ് കാണുന്നത്. അരൂപനായ ഭഗവാൻ വാഹനമായ നന്ദിയിൽ കേറിയിരിക്കുമ്പോൾ ദൃശ്യനാകുന്നു. ഇതൊരു പ്രതീകാത്മകമായ ഭാഷ യാണ്. ഇവിടെ "നന്ദി" നമ്മുടെ ശരീരത്തിന്റെ പ്രതിനിധിയാണ്. ഞാൻ ഇതുവരെ നന്ദി രേഖപ്പെടുത്തിയ ആ മംഗളസ്വരൂപൻ എന്നിൽ നിന്ന് വ്യത്യസ്തനല്ല - ഞാൻ തന്നെ - "തത്ത്വമസി". അതാണ് പിണ്ഡനന്ദി.

ഓം

സയൻസ് ദശകം

'ദൈവദശകം' എന്ന പ്രാർഥന ഗുരു രചിച്ചത് 1915-ലാണ്. അതേ വർഷത്തിൽ തന്നെ ശിഷ്യനായ സഹോദരനയ്യപ്പൻ 'സയൻസ് ദശകം' രചിച്ചു. അത് ധാരാളം പ്രചരിക്കുകയും ചെയ്തു. അദ്ദേഹം അക്കാലത്ത് യുവലോകത്തിന്റെ 'ഹീറോ' ആയിരുന്നു എന്നതാണ് അതിനു പ്രധാന കാരണം.

അന്ധവിശ്വാസങ്ങൾക്കും അനാചാരങ്ങൾക്കുമെതിരെ പോരാടുന്നതുകൊണ്ടു മാത്രം സഹോദരൻ അടങ്ങിയിരുന്നില്ല. വീക്ഷണത്തിൽ മാറ്റം വരുത്താതെ സമൂഹത്തിൽ സ്ഥായിയായ പരിവർത്തനമുണ്ടാക്കാൻ സാധ്യമല്ലെന്ന് അദ്ദേഹം അറിഞ്ഞിരുന്നു. വീക്ഷണത്തിൽ മാറ്റമുണ്ടാകണമെങ്കിൽ, ആശയവിപ്ലവം അതോടൊപ്പം സംഭവിച്ചേ തീരൂ. അതിനാവശ്യമായ വിവരങ്ങളും വിജ്ഞാനശകലങ്ങളും അദ്ദേഹം തന്റെ 'സഹോദരൻ' പത്രത്തിൽ നിരന്തരം പ്രകാശിപ്പിച്ചുകൊണ്ടിരുന്നു. ജനാധിപത്യം, പ്രായപൂർത്തി വോട്ടവകാശം, കമ്മ്യൂണിസം മുതലായ രാഷ്ട്രീയാദർശങ്ങളുമായി, പത്രത്തിലും പ്രസംഗങ്ങളിലും കൂടി, അദ്ദേഹം ജനങ്ങളെ പരിചയപ്പെടുത്തിക്കൊണ്ടിരുന്നു.

അന്ധവിശ്വാസങ്ങളെ എതിർക്കുന്നതിനു യുക്തിവാദം മാത്രമല്ല, ശാസ്ത്രവിജ്ഞാനവും അദ്ദേഹത്തിന് ആയുധമായിരുന്നു. ശാസ്ത്രം മനുഷ്യരുടെ ലോകവീക്ഷണത്തിൽ വരുത്തിയ മാറ്റമെന്തെന്ന് അദ്ദേഹം നല്ലവണ്ണം മനസ്സിലാക്കിയിരുന്നു.

ലോകവീക്ഷണത്തിൽ ശാസ്ത്രം വരുത്തിക്കൊണ്ടിരിക്കുന്ന മാറ്റങ്ങൾ തന്നേക്കാൾ ഭംഗിയായി ഗുരുദേവൻ തിരിച്ചറിഞ്ഞിട്ടുണ്ടാവുമെന്ന് സഹോദരനറിയാമായിരുന്നു. സന്ദർശിക്കാനെത്തുന്ന ശാസ്ത്രവിദ്യാർത്ഥികളിൽ നിന്ന് കിട്ടുന്ന വിജ്ഞാനശകലങ്ങൾ അതിവേഗം ഉൾക്കൊള്ളാൻ കെല്പുള്ളതായിരുന്നു ഗുരുവിന്റെ മേധാശക്തി. സ്വാതന്ത്ര്യം, സമത്വം, സാഹോദര്യം മുതലായ ആദർശങ്ങൾ ലോകജീവിതത്തിൽ മനുഷ്യന് സാക്ഷാത്കരിക്കാനാവുമെന്ന ധാരണ സൃഷ്ടിച്ചത് ആധുനികശാസ്ത്രമാണ്. അതേക്കുറിച്ചറിയാവുന്ന ഗുരുദേവൻ മാതൃകാലോകസൃഷ്ടിയിൽ സയൻസിന് വലിയ പങ്കാണുള്ളതെന്ന അഭിപ്രായം പുലർത്തിയിരുന്നു.

ദൈവദശകം

മഹർഷിയുടെ ഉൾക്കാഴ്ചയിലൂടെ ശാസ്ത്രവിജ്ഞാനത്തിന്റെ പ്രാധാന്യമറിഞ്ഞിരുന്ന ഗുരുദേവൻ ആ വിജ്ഞാനവും അതിൽനിന്നുളവാകുന്ന പ്രബുദ്ധതയും ഉൾക്കൊണ്ട് സമൂഹം ഉണരണമെന്ന് ആഗ്രഹിച്ചിരുന്നു.

ആ ഘട്ടത്തിലാണ് 'സയൻസ് ദശകം' എന്ന കൃതി സഹോദരൻ പ്രസിദ്ധം ചെയ്തത്. താത്പര്യത്തോടുകൂടി ഗുരുദേവൻ അതു വായിക്കുകയും ചെയ്തു. 'ദൈവദശക'ത്തിന് പൂരകമാണതെന്ന് ഗുരുവിന്റെ ക്രാന്തദൃഷ്ടി തിരിച്ചറിഞ്ഞു. ആ പശ്ചാത്തലത്തിലാണ് 'ദൈവദശകം' ചൊല്ലുന്നവർ 'സയൻസ് ദശകം' കൂടി വായിക്കുന്നതു നന്നായിരിക്കുമെന്ന് ഗുരുദേവൻ പ്രസ്താവിച്ചത്. ആ വാക്കുകളോർമ്മിച്ചുകൊണ്ട് 'സയൻസ് ദശകം' ഇവിടെ ചേർക്കുന്നു.

സയൻസ് ദശകം

കോടിസൂര്യനുദിച്ചാലു-
മൊഴിയാത്തൊരു കൂരിരുൾ
തുരന്നു സത്യം കാണിക്കും
സയൻസിന്നു തൊഴുന്നു ഞാൻ.

വെളിച്ചം മിന്നൽ ചൂടൊച്ച-
യിവയ്ക്കുള്ളിൽ മറഞ്ഞിടും
അദ്ഭുതങ്ങൾ വെളിക്കാക്കും
സയൻസിന്നു തൊഴുന്നു ഞാൻ.

ഇരുട്ടുകൊണ്ടു കച്ചോടം
നടത്തുന്ന പുരോഹിതർ
കെടുത്തിട്ടും കെടാതാളും
സയൻസിന്നു തൊഴുന്നു ഞാൻ.

കീഴടക്കി പ്രകൃതിയെ
മാനുഷന്നുപകർത്തിയായ്
കൊടുപ്പാൻ വൈഭവം പോന്ന
സയൻസിന്നു തൊഴുന്നു ഞാൻ.

കൃഷി കൈത്തൊഴിൽ കച്ചോടം
രാജ്യഭാരമതാദിയെ
പിഴയ്ക്കാതെ നയിക്കുന്ന
സയൻസിന്നു തൊഴുന്നു ഞാൻ.

ബുക്കുകൾക്കും പൂർവികർക്കും
മർത്ത്യരെദ്ദാസരാക്കിടും
സമ്പ്രദായം തകർക്കുന്ന
സയൻസിന്നു തൊഴുന്നു ഞാൻ

അപൗരുഷേയവാദത്താൽ
അജ്ഞവഞ്ചന ചെയ്തിടും
മതങ്ങളെത്തുരത്തുന്ന
സയൻസിന്നു തൊഴുന്നു ഞാൻ.

സ്വബുദ്ധിവൈഭവത്തെത്താൻ
ഉണർത്തി നരജാതിയെ
സ്വാതന്ത്ര്യാൽക്കൃഷ്ടരാക്കുന്ന
സയൻസിന്നു തൊഴുന്നു ഞാൻ

എത്രതന്നെയറിഞ്ഞാലു-
മനന്തമറിവാകയാൽ
എന്നുമാരായുവാൻ ചൊല്ലും
സയൻസിന്നു തൊഴുന്നു ഞാൻ.

സയൻസാൽ ദീപ്തമീ ലോകം
സയൻസാലഭിവൃദ്ധികൾ
സയൻസെന്യേ തമസ്സെല്ലാം
സയൻസിന്നു തൊഴുന്നു ഞാൻ

പ്രകൃതിരഹസ്യങ്ങളെന്തെന്ന് വെളിപ്പെടുത്താൻ ആത്മീയതയ്ക്കു സാധ്യമല്ല. ശാസ്ത്രത്തിനു മാത്രമേ അതിനു കഴിയുന്നുള്ളൂ. ആ രഹസ്യങ്ങൾ കണ്ടെത്തുകയും, ലൗകികജീവിതത്തെ പടിപടിയായി മെച്ചപ്പെടുത്തുന്നതിന് അതുപയോഗിക്കുകയും ചെയ്തു എന്നതാണ് സയൻസിന്റെ നേട്ടം. അതിന്റെ ഫലമാണ് ആധുനികനാഗരികതയുടെ കീഴിൽ നാമനുഭവിക്കുന്ന ജീവിതസൗകര്യങ്ങൾ.

ശാസ്ത്രസത്യങ്ങൾ മറച്ചുവെക്കാനും മറച്ചുവെക്കാനാവാത്ത ശാസ്ത്രസത്യങ്ങൾ നിഷേധിക്കാനുമാണ് മതങ്ങൾ പ്രായേണ തുനിഞ്ഞുപോന്നിട്ടുള്ളത്. പ്രപഞ്ചഘടനയേയും ഭൂമിയേയും സംബന്ധിക്കുന്ന ശാസ്ത്രസത്യങ്ങളേയും ജീവന്റെ ഉത്ഭവത്തേയും വളർച്ചയേയും മറ്റും സംബന്ധിക്കുന്ന ശാസ്ത്രീയ കണ്ടെത്തലുകളും അറിഞ്ഞെന്ന ഭാവംപോലും മതങ്ങൾക്കില്ല.

പഴയ വിശ്വാസങ്ങളും അനുഷ്ഠാനങ്ങളും മുറുകെ പിടിക്കുന്നതിൽ മാത്രമാണ് മതങ്ങൾക്ക് താത്പര്യം. അതുകൊണ്ടാണ് ഇരുട്ടുകൊണ്ടു

കച്ചോടം നടത്തുന്നവരായി അവരെ കവിതയിൽ ചിത്രീകരിച്ചത്. ജീവിത വികാസത്തിനു വിഘാതമായി നില്ക്കുന്ന പ്രകൃതിശക്തികളെ പാട്ടിലാക്കി മനുഷ്യന് ഉപകർത്ത്രിയാക്കിയത് സയൻസ് മാത്രം. അതിൽനിന്നുണ്ടായ അഭിവൃദ്ധികൾ എണ്ണമറ്റതാണ്. പലതരം പാരതന്ത്ര്യങ്ങളിൽ നിന്ന് നര ജാതിയെ മോചിപ്പിച്ചതും സയൻസ് തന്നെ.

അപൗരുഷേയവാദത്തെ സയൻസ് തുരത്തുന്നു. ദിവ്യമായ വെളിപാടു കളിൽ നിന്നുത്ഭവിക്കുന്നതാണ് സത്യമെന്ന അടിസ്ഥാനത്തിലാണ് മത ങ്ങൾ (അവയുടെ ആചാരങ്ങളും അനുഷ്ഠാനങ്ങളും) നിലകൊള്ളുന്നത്. അതല്ല വാസ്തവം, അവയൊക്കെയും മനുഷ്യനുണ്ടാക്കിയതാണ് എന്നു സയൻസ് യുക്തിയുടേയും തെളിവിന്റേയും പിൻബലത്തോടുകൂടി സ്ഥാപിക്കുന്നു.

അതിന്റെ ഫലമായി സയൻസ് മനുഷ്യരാശിയെ സ്വാതന്ത്ര്യോൽക്കൃ ഷ്ടരാക്കിത്തീർക്കുന്നു. അക്ഷീണവും അവിരാമവുമായ സത്യാന്വേഷണ ത്തിലൂടെ സയൻസ് സ്വാതന്ത്ര്യത്തിന്റെ പുതിയ ചക്രവാളങ്ങൾ അനാ വരണം ചെയ്യുന്നു. അതിൽനിന്ന്, പുരോഗതിയുടെ പുതിയ വീഥികൾ വെട്ടിത്തെളിച്ചു മുന്നോട്ടു നീങ്ങിക്കൊണ്ടിരിക്കാൻ മനുഷ്യനു കഴിയുകയും ചെയ്യുന്നു.

അപ്പോൾ, നമ്മുടെ ഏകാന്തദീപ്തമായ ഈ കാലഘട്ടം സയൻസിന്റെ സൃഷ്ടിയാണെന്ന് സമ്മതിക്കാതെ നിവൃത്തിയില്ല. ഇനിയങ്ങോട്ട് കാലാനുസൃതമായ പുരോഗതിയുണ്ടാകുന്നതിന് ആശ്രയമായിട്ടുള്ളതും സയൻസാണ്.

കവിതയിലെ ഈ ആശയധാരയിൽ ഗുരുദേവൻ ശ്രേയസ്സിന്റെ മാർഗ മാണ് കണ്ടത്. എങ്കിലും, ഏതു പുരോഗതിയും ആത്മീയതയാൽ നിയന്ത്രിതമായിരിക്കണമെന്ന് ഗുരു ഓർമ്മിപ്പിച്ചുകൊണ്ടുമിരുന്നു. പ്രായോഗികതലത്തിൽ ആത്മീയതയെന്നത് സമസൃഷ്ടിസ്നേഹമാണെന്ന് മറക്കരുത്.

സമസൃഷ്ടി സ്നേഹമെന്ന ശ്രേഷ്ഠവും വിപ്ലവകരവുമായ വികാരമാണ് ഗുരുദേവനിലെ യോദ്ധാവിന്റെ അക്ഷയമായ ബലം. ആ നിലപാടിന്റെ പ്രേരണയാലാണ് ഗുരു സർവവിധമായ അസ്വാതന്ത്ര്യങ്ങളിൽനിന്നും മനുഷ്യനെ മോചിപ്പിക്കേണ്ടതാണെന്ന നിലപാടവലംബിച്ചത്. അപ്രകാര മൊരു ബലം ആ വ്യക്തിത്വത്തിൽ അക്ഷീണമായി വർത്തിച്ചിരുന്നതു കൊണ്ട് സമൂഹത്തിലും ചിന്തയിലും പരിവർത്തനം സൃഷ്ടിക്കുന്നതിൽ ഗുരു വിജയിക്കുകയും ചെയ്തു.

■